सरश्री

उत्तम गीता

आळसातून मुक्त होऊन गुणातीत अवस्था प्राप्त करण्याची युक्ती

I am dear (deer) of God, No fear can touch me

उत्तम गीता

आळसातून मुक्त होऊन गुणातीत अवस्था प्राप्त करण्याची युक्ती

Uttam Gita

Aalsatun Mukta Houna Gunatita Avasthaa Praapta Karanyachi Yukti

By **Sirshree** Tejparkhi

प्रकाशक : वॉव पब्लिशिंग्ज् प्रा. लि., पुणे

प्रथम आवृत्ती : जून २०१९

ISBN : 978-93-87696-89-1

'उत्तम गीता' या मूळ हिंदी पुस्तकाचा मराठी अनुवाद

हे पुस्तक समर्पित आहे, त्या पुरुषोत्तमाला
ज्याने त्रिगुणांच्या माध्यमातून मनुष्य देहाला
कार्यान्वित करण्याची रचना केली.
मग पुन्हा या त्रिगुणांच्या पलीकडे जाऊन
आपला अनुभव घेता येईल अशी व्यवस्था केली.

मनाचं पाणी शांत ठेवणारा कोण

उत्तम पुरुषोत्तमाला समर्पित जीवन

ही गोष्ट तेव्हाची आहे, जेव्हा द्रौपदीचं स्वयंवर सुरू होतं. अटीनुसार अर्जुनाला फिरत असलेल्या माशाचं प्रतिबिंब पाण्यात पाहून त्या डोळ्यात तीर मारायचा असतो. अर्थात खाली पाण्यात पाहून वर फिरत असलेल्या माशावर निशाणा साधायचा असतो.

त्यावेळी अर्जुनाला 'तू असं बसायला हवंस, धनुष्य असं पकड अशा प्रकारे श्वास घे...' अशा रीतीने श्रीकृष्ण अर्जुनाला मार्गदर्शन करत होते. हे ऐकून अर्जुनाने श्रीकृष्णांना विचारलं, ''सर्वकाही मीच करायचं आहे, तर मग हे गिरिधारी आपण काय करणार आहात?'' यावर श्रीकृष्ण उत्तरले, ''मी ते करणार आहे, जे तू करू शकत नाहीस.'' त्यावर अर्जुनाने उत्सुकतेने विचारलं, ''असं काय आहे, जे मी करू शकत नाही पण तुम्ही करणार आहात?'' यावर श्रीकृष्ण शांतपणे उत्तरले, ''मी ते पाणी स्थिर ठेवीन.''

याचाच अर्थ, जे काम आपल्या हातात नाही, ते ईश्वरावर सोपवून आपण त्यावेळी पूर्णतः समर्पित, निश्चिंत व्हायला हवं. या कथेच्या रूपात आपल्याला हाच बोध मिळतो. यापुढे ही समज आपल्या जीवनात अंगीकारून तुम्ही ज्या वेळी एखाद्या कामासाठी घरातून बाहेर पडाल, त्या वेळी पुढील प्रार्थना अवश्य करा- **'हे पुरुषोत्तमा,**

मी अमुक कामासाठी जात आहे,

कृपया माझ्या मनरूपी पाणी स्थिर ठेव.

कारण हे काम केवळ तूच करू शकतोस.

मी अमुक कार्य तर करेनच परंतु

तू असं कार्य कर, जे अन्य कोणीही करू शकणार नाही.'

तुम्ही जेव्हा एखादं काम करण्यासाठी जाता, तेव्हा मन अस्थिर बनतं, मग सगळी गडबड होते. पण मन जेव्हा स्थिर असतं, तेव्हा सर्व कामं अगदी सुरळीतपणे पार पडतात.

यासाठी मनात जेव्हा एखाद्या प्रकारचं भय, शंका किंवा असुरक्षिततेच्या भावना निर्माण होतील, तेव्हा त्वरित उत्तम पुरुषोत्तमाला शरण जा. असं का करायचं आहे, हे आपल्याला वरील कथेतून समजलं आहे. जसं, तुम्ही पाहिलंत, की अर्जुन युद्ध, विवाह आणि उपजीविका... अशा सर्वच क्षेत्रात यशस्वी झाला. ईश्वराला समर्पित झाल्यानंतर तुम्हालादेखील असंच यश मिळेल.

आज जगात सर्वत्र खूप काही घडत असतं. मग त्या घटनांना आपण चांगलं-वाईट असं लेबल लावून म्हणतो, असं घडलं, अतिशय चांगलं झालं... तसं घडलं, खूपच वाईट झालं... कधी काही भूकंप, त्सुनामी, पूर अशी नैसर्गिक आपत्ती आली आणि त्यात जीवित हानी अथवा वित्तहानी झाली, तर लोक लगेच ईश्वराला दोष देऊ लागतात. 'तू असं का केलंस?' असं त्याला विचारतात. मात्र प्रत्येक घटनेकडे वैयक्तिक दृष्टिकोनातून पाहिलं, तर त्यात आपल्याला काही योग्य तर काही अयोग्य दिसेल. परंतु संपूर्ण विश्वाकडे उच्च दृष्टिकोनातून (हेलिकॉप्टर व्ह्यूने) पाहिलं, तर सर्व घटना एका मोठ्या घटनेचेच लहानसहान हिस्से असून ती

मोठी घटना घडण्यासाठी आपापल्या परीने त्या साहाय्य करत आहेत असं दिसेल. ही मोठी घटना म्हणजे त्या उत्तम पुरुषोत्तमाची (ईश्वराची) लीला, जी निरंतरपणे स्वचलित, स्वघटित रूपात सुरूच आहे. यात सर्वजण आपापल्या परीने बलिदान करून साहाय्य करत आहेत.

जसं, एखाद्या झाडाची ठरावीक कालावधीनंतर पानगळ होते. खरंतर त्या झाडावर काही नवीन प्रकटावं, या हेतूनंच ती गळून पडतात. याच क्रमाने झाडं बलिदान देतात, वनं वाचवण्यासाठी... वनं बलिदान देतात, समाज वाचवण्यासाठी... वनांकडून समाजाला जमीन, लाकूड, वनस्पती अशा कितीतरी गोष्टी मिळत असतात... मग समाज बलिदान देतो, देश वाचवण्यासाठी... तर देश बलिदान देतो, विश्व वाचवण्यासाठी... विश्व बलिदान देतं, निसर्ग वाचवण्यासाठी... निसर्ग बलिदान देतो, पुरुषोत्तमाची लीला वाचवण्यासाठी...

हे चक्र जर उलटच्या क्रमाने पाहिलं तर पुरुषोत्तम (ईश्वर) निसर्गाला आपला आरसा बनवतो. निसर्ग विश्वाला आपला आरसा बनवतो. अशाच प्रकारे विश्वासाठी देश, देशासाठी समाज, समाजासाठी मनुष्य आरसा बनतो. मग म नुष्याचा आरसा कोण बनतो? तर तो आहे उत्तम पुरुषोत्तम म्हणजेच ईश्वर, सेल्फ! अशा प्रकारे हे संपूर्ण विश्व म्हणजे एक चक्र असून त्यातच हे सर्वकाही सुरू आहे.

मात्र अज्ञानवश लोक विचार करतात, असं का घडलं? तसं का घडलं? त्यामुळे मनात भीती, संशय आणि असुरक्षितता यांसारखे नकारात्मक भाव उत्पन्न होतात. अशा वेळी पुढील मंत्रोच्चारण करायला हवं- 'आय ॲम डिअर (डिअर) ऑफ गॉड, नो फिअर कॅन टच मी' 'I am dear (deer) of God, no fear can touch me.' 'मी ईश्वराचा प्रिय आहे, मला कोणतीही भीती (शंका) स्पर्श करू शकत नाही. इथे डिअरचा 'प्रिय' याशिवाय आणखी एक अर्थ आहे, तो म्हणजे हरीण आणि फिअरचा अर्थ आहे, शंकेने व्यापलेलं मन-शकुनी! या अर्थांसोबत ही समज ठेवा, की 'मी ईश्वराचं हरीण आहे, मी पृथ्वीवर त्याच्या छत्रछायेत हा जीवनरूपी खेळ खेळत आहे, त्यामुळे मी पूर्णपणे सुरक्षित आहे. कोणतीही भीती, अविश्वासरूपी शंका मला स्पर्श करू शकत नाही.'

आता आपल्या ज्ञानचक्षूंनी या खेळाकडे बघा, या खेळात सर्वजण

परस्परांसाठी जगत आहेत. एकमेकांच्या उत्कर्षासाठी, विकासासाठी बलिदान देत आहेत. त्यात भीती बाळगण्याचं काही एक कारण नाही. ही संपूर्ण व्यवस्था पंधराव्या अध्यायात एका विशाल वृक्षाच्या रूपात प्रस्तुत केली आहे. त्याच्या मुळाशी उत्तम पुरुषोत्तम (स्रोत) असून त्याच्याद्वारे हा संपूर्ण लीलारूपी वृक्ष प्रकट होत आहे.

रज, तम आणि सत्त्व हे निसर्गाचे तीन गुण ही लीला पुढे नेत आहेत. असं समजू या, की हे तीन गुण म्हणजे मनुष्याला बांधलेल्या दोऱ्या आहेत, ज्या त्याला नाचवत आहेत, चालवत आहेत. सत्त्वगुण चांगलं कर्म करतो. त्याची ओढ सुख आणि ज्ञान यांकडे असते. परंतु याचा त्याला अहंकारही होऊ शकतो. रजोगुणी सतत धावत असतो, कर्मरत असतो. तो सुखातदेखील थांबत नाही, महत्त्वाकांक्षी असतो. त्यामुळे हानिकारक ठरतो. तमोगुण सुस्ती, आळस निर्माण करतो. शिवाय जो मनुष्य यात फसतो, तो जीवनात काहीच करू शकत नाही.

दिवसभरात तुमच्यात कधी सत्त्वगुण वर येतो, तर कधी रजोगुण आणि कधी तमोगुण. त्यांचं प्रमाण थोडंफार बदलत राहिलं, तरी तेच तुम्हाला नाचवत राहतात. म्हणून तुम्हाला या तिन्ही गुणांची गुलामी करायची नाही, तर त्यांचा लाभ घेत या गुणांपलीकडे असलेल्या गुणातीत अवस्थेत स्थापित व्हायचं आहे. 'गुणत्रयविभागयोग' हा चौदावा अध्याय तुम्हाला या अवस्थेत स्थापित करेल. गुणातीत अवस्थेत जीवन जगत तुम्ही अर्जुनाप्रमाणे पुरुषोत्तमाला समर्पित व्हायचं आहे, त्याच्या छत्रछायेखाली राहायचं आहे. त्याचा प्रिय (डिअर) बनायचं आहे.

ईश्वराला तत्त्वतः जाणून, त्याची लीला समजून आणि निसर्गाच्या तिन्ही गुणांपलीकडे गुणातीत अवस्थेत स्थापित होऊन तुम्ही यशस्वी जीवन जगावं, प्रत्येक भयापासून-फिअरपासून मुक्त व्हावं, या शुभेच्छेसाठीच ही उत्तम-पुरुषोत्तम गीता तुमच्या सेवेत उलगडली आहे.

...सरश्री

अध्याय १४

गुणत्रयविभागयोग

|| अध्याय १४ - सूची ||

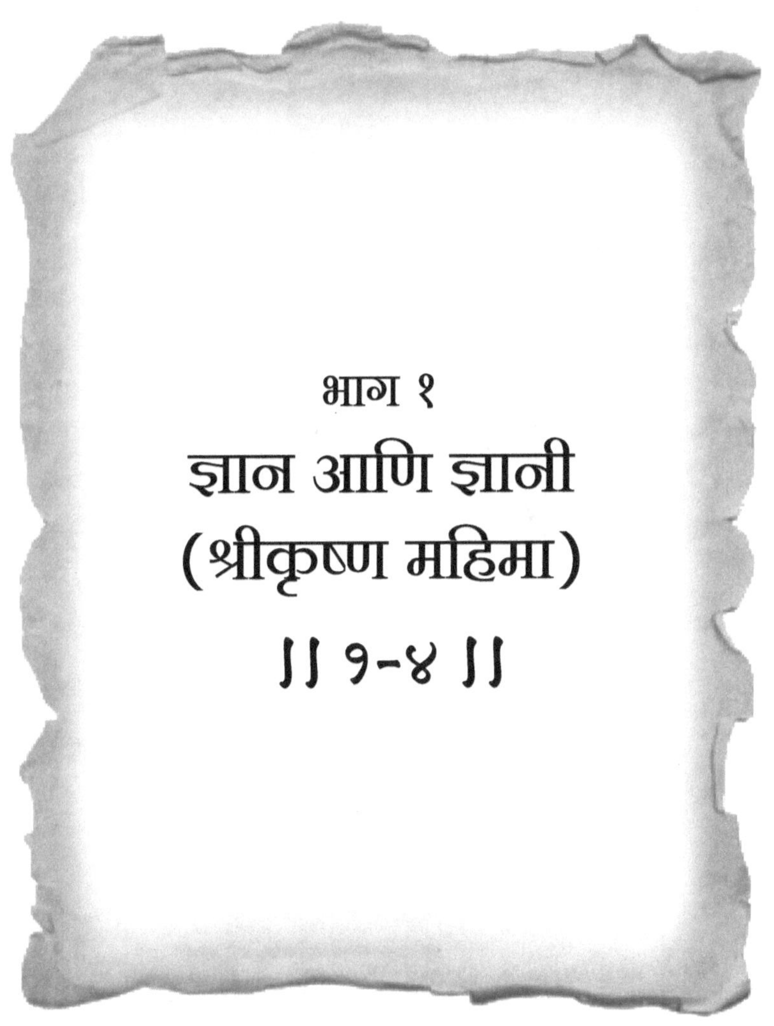

भाग १

ज्ञान आणि ज्ञानी

(श्रीकृष्ण महिमा)

॥ १-४ ॥

अध्याय १४

परं भूयः प्रवक्ष्यामि ज्ञानानं मानमुत्तमम्। यज्ज्ञात्वा मुनयः सर्वे परां सिद्धिमितो गताः ।।१ ।।

इदं ज्ञानमुपाश्रित्य मम साधर्म्यमागताः । सर्गेऽपि नोपजायन्ते प्रलये न व्यथन्ति च।।२ ।।

मम योनिर्महद्ब्रह्म तस्मिन्गर्भं दधाम्यहम्। सम्भवः सर्वभूतानां ततो भवति भारत ।।३ ।।

सर्वयोनिषु कौन्तेय मूर्तयः सम्भवन्ति याः । तासां ब्रह्म महद्योनिरहं बीजप्रदः पिता।।४ ।।

१

श्लोक अनुवाद : श्री भगवान म्हणाले, ''अर्जुना! ज्ञानातही अत्युत्तम असं परमज्ञान मी तुला पुन्हा सांगतो, जे जाणून सर्व मुनिजन या जगातून मुक्त होऊन परमसिद्धीला प्राप्त झाले''।।१।।

गीतार्थ : चौदाव्या अध्यायाच्या प्रारंभी भगवान श्रीकृष्ण पुन्हा एकदा सांगतात, सर्व प्रकारच्या ज्ञानात श्रेष्ठ असणारं ज्ञान मी तुला पुन्हा सांगणार आहे. एक असतं अनुभवासह ज्ञान आणि दुसरं विविध ज्ञान. या विश्वात माहिती प्राप्त करण्यासाठी जितकी शास्त्रं आहेत, जितक्या विद्या आहेत, जे जाणण्यायोग्य ज्ञान आहे, या सर्व विविध ज्ञानांमध्ये आत्मज्ञान (तेजज्ञान, अनुभवाचं ज्ञान) हेच परमश्रेष्ठ ज्ञान आहे. कारण हे ज्ञान मनुष्याला दुःखातून मुक्त करून अखंड शांतीमध्ये स्थापित करतं. मात्र इतर ज्ञान मनुष्याच्या भौतिक उन्नतीसाठी उपयुक्त ठरतं. त्या ज्ञानातून नाव, पद, पैसा, प्रसिद्धी मिळते, परंतु प्रापंचिक दुःखमुक्तीचा अनुभव मिळणं अशक्य आहे.

एखादी अतिशय दुःखद घटना घडल्यानंतर एका विवेकशील मनुष्याचंही सांत्वन करण्याची वारंवार आवश्यकता पडते. अगदी अशाच रीतीने स्वतःला शरीर मानणाऱ्या शिष्यांचं अज्ञान नष्ट करण्यासाठी गुरूदेखील वारंवार ज्ञानोपदेश करत राहतात. जोपर्यंत शिष्य आध्यात्मिक सिद्धान्तांचा पूर्णपणे अंगीकार करत नाही, तोपर्यंत त्याला पुनःपुन्हा ज्ञान प्रदान करणं आवश्यक ठरतं. यासाठीच भगवान श्रीकृष्ण म्हणतात, 'मी तुला पुन्हा परमज्ञान सांगेन.' पण याचा अर्थ असा नव्हे, की पहिल्या अध्यायात त्यांनी परमज्ञान सांगितलं नाही. परंतु ते पूर्णतः गहनतेसह समजावं, यासाठी त्याची पुनरावृत्ती होणं गरजेचं असतं.

निसर्गाचे तीन गुण आणि या तिन्ही गुणांचा मनुष्याच्या अंतःकरणावर होणारा प्रभाव हा या अध्यायाचा मुख्य विषय आहे. हे ज्ञान प्राप्त केल्याशिवाय मनुष्य स्वतःमधील दोष समजून घेऊ शकत नाही, त्यातून मुक्त होऊ शकत नाही. परिणामी तो उच्च ज्ञान ग्रहण करण्यापासून वंचित राहतो. यासाठीच या त्रिगुणी ज्ञानाला परमज्ञान म्हटलं गेलं आहे.

श्लोकात पुढे म्हटलं आहे, की हे त्रिगुणी ज्ञान प्राप्त करून सर्व मुनिजनांनी परमसिद्धी प्राप्त केली आहे. जसं, तुम्ही एखाद्या पर्वतारोहणाला जाता, तेव्हा या मार्गात येणाऱ्या संभाव्य अडचणी आणि संकटं यांची माहिती आधीपासूनच तुम्हाला असेल, तर ते अभियान सहजपणे यशस्वी होतं. अशाच प्रकारे अध्यात्म मार्गातदेखील साधक आपल्यातील दडलेले संस्कार आणि वृत्ती जाणत असेल, तर विविध घटनांमध्ये ते संस्कार, त्या वृत्ती उफाळून येऊ लागताच तो त्या समस्येवरील उपाय त्वरित शोधू लागतो.

इथे मुनी या शब्दाने एखाद्या वनात तपश्चर्या करत असलेला जटाधारी, भगवी वस्त्रं परिधान केलेला वृद्ध, अशी कल्पना करू नका. तर मुनी या शब्दाचा अर्थ आहे, असा मननशील मनुष्य ज्याचं सतत परमात्म्याविषयी मौनात मनन-चिंतन सुरू असतं, तो मुनी! विश्वातून मुक्त होऊन परमसिद्धी प्राप्त करणं म्हणजे देहाच्या मृत्यूनंतर मुक्त होणं असा याचा अर्थ नव्हे. उलट प्रपंचात राहूनच कमळाच्या फुलाप्रमाणे मायेपासून निर्लिप्त राहणं म्हणजे मुक्ती होय. अहंकाराचा मृत्यूच मुक्तीचा जन्म आहे.

कुमारी कन्येचा मृत्यू होतो, तेव्हाच एका आईचा जन्म होतो. तसंच परमबोध अवस्थेचा जन्मदेखील तेव्हाच होतो, जेव्हा 'वैयक्तिक मी'चा मृत्यू होतो.

२

श्लोक अनुवाद : ''हे अर्जुना! या ज्ञानाचा आश्रय घेतलेले अर्थात ते धारण करून माझं स्वरूप प्राप्त केलेले पुरुष सृष्टीच्या सुरुवातीला पुन्हा उत्पन्न होत नाहीत आणि प्रलयकाळातदेखील व्याकूळ होत नाहीत''॥२॥

गीतार्थ : श्रीकृष्ण सांगतात, 'हे अर्जुना, हे परमज्ञान धारण करून जो माझ्याशी एकरूप होतो, तो जन्म-मरणाच्या भयातून मुक्त होतो. या अध्यायात निसर्गाच्या तीन गुणांच्या खेळाचं अध्ययन करायचं आहे, जे

मनुष्याला अहंकार आणि बिरुदं यांनी बांधून ठेवतं. साधक जर यांतून मुक्त होऊन आपल्या मनावर होणारा त्यांचा प्रभाव नष्ट करू शकला, तर तो त्याच क्षणी 'वैयक्तिक मी'तून मुक्त होऊन 'अव्यक्तिगत मी'चा अनुभव घेऊ शकतो.

मनाच्या एका अवस्थेत होणाऱ्या सुख-दुःखाचे अनुभव अन्य अवस्थेत प्रभावी नसतात, हा नियम आहे. मनाच्या अज्ञानी अवस्थेत मनुष्याला नातेसंबंध, मित्रपरिवार यांविषयी खूपच आसक्ती असते. म्हणून एक ना एक दिवस त्यांच्याशी वियोग होणार याची चिंता त्याला सतावत राहते. परंतु एक तेजज्ञानी प्रत्येकात ईश्वरच पाहतो. या जगाचं नाटक, मंच आणि भूमिका करणारा अभिनेता यांना तो उत्तम प्रकारे जाणतो. त्यामुळेच तो अज्ञानी अवस्थेतील सुख आणि दुःख यांपासून सहजतया दूर राहतो. तो आपलं सत्यस्वरूप जाणतो, ज्याची ना उत्पत्ती आहे, ना लय!

हे सर्व जग मनाचा खेळ आहे. आपण जर मनाशी आसक्त राहिलो नाही तर या जगातील अनुभवांशी अनासक्त राहतो. मग या जगात वावरत असूनही त्यात नसल्यासारखेच राहतो. पण मन अशी युक्ती करतं, की ते विचारांद्वारे एका जगाची कल्पना करतं आणि त्यानंतर त्या कल्पनेशी आसक्त होऊन ते बंधनात असल्याचा अनुभव करतं. जणू काही त्यातून मुक्त होणं अशक्यप्राय आहे. एक शुद्ध, बुद्ध मन जगातील प्रत्येक अनुभवापासून अलिप्त राहतं. अशा स्थितीत त्याला जन्मल्याचा तरी अनुभव कसा होऊ शकेल? त्याचबरोबर लयाचंदेखील भय असणार नाही. ही पूर्ण मुक्तीची स्थिती आहे. मनावर विजय मिळवण्यासाठी साधकाला या युक्तींचं पूर्ण ज्ञान असणं आवश्यक आहे, ज्याद्वारे मन त्याला छळत राहतं. जसं, शत्रूवर हल्ला करण्यापूर्वीच त्याची रणनीती जाणणं आवश्यक असतं, त्याचप्रमाणे मनावर विजय मिळवण्यासाठी तिन्ही गुणांचं संपूर्ण ज्ञान असणं गरजेचं असतं. त्यानंतरच साधक त्याच्या सर्व अपूर्णता जाणून मुक्ती प्राप्त करू शकेल.

३-४

श्लोक अनुवाद : ''हे अर्जुना! माझी महत्-ब्रह्मरूप मूळ प्रकृती संपूर्ण भूतांची योनी आहे. अर्थात, गर्भाधानाचं स्थान आहे आणि मी त्या योनीत चेतन-समुदायरूप गर्भ स्थापित करतो. त्या जड चेतनेच्या संयोगाने सर्व भूतांची उत्पत्ती होते।।३।।

आणि हे अर्जुना! विविध प्रकारच्या सर्व योनींमध्ये जितक्या मूर्ती अर्थात शरीरधारी प्राणी उत्पन्न होतात, प्रकृती तर त्या सर्वांचा गर्भधारण करणारी माता आहे आणि मी बीज स्थापन करणारा पिता आहे''।।४।।

गीतार्थ : श्रीकृष्ण विविध उपमांच्या आधारे अर्जुनाला क्षेत्र आणि क्षेत्रज्ञ यांचं ज्ञान देत आहेत. इथे त्यांनी माता-पिता आणि गर्भ यांच्या उपमेद्वारे समजून सांगण्याचा प्रयत्न केला आहे. आतापर्यंत आपण हे जाणलं, की ईश्वराच्या दोन शक्ती आहेत- पहिली ज्ञान-शक्ती आणि दुसरी निर्मिति-शक्ती. हीच बाब सातव्या अध्यायात परा आणि अपरा प्रकृतीच्या रूपात दर्शवली गेली आहे. याला असं समजू या, की ज्ञान-शक्ती पुरुष असून निर्मिति-शक्ती माया आहे. केवळ ज्ञान-शक्ती किंवा निर्मिती-शक्तीने सृष्टी निर्माण होत नाही. त्यासाठी दोहोंचा संयोग होणं गरजेचं असतं.

श्रीकृष्ण सांगतात, 'त्या महान प्रकृतीत म्हणजेच माया-शक्तीत मी सृष्टीचं बीज रोवतो.' इथे बीज याचा अर्थ संकल्प असा आहे. परमचेतना जेव्हा जड सृष्टी निर्माण करण्याचा संकल्प सोडते, त्यालाच संकल्प बीज रोवणं असं म्हटलं गेलं आहे. परमात्म्याच्या ज्ञान-शक्तीद्वारे म्हणजेच परा-शक्तीद्वारे हा संकल्प तयार होतो आणि तो सृजन, निर्मिति-शक्ती म्हणजे अपरा शक्तीत पेरला जातो. याद्वारेच जड-चेतन सृष्टीचा भास होतो.

ही बाब गर्भाच्या उपमेद्वारे समजून घेऊ या. ज्याप्रमाणे आईच्या योनीत पुरुष बीज टाकल्यानंतर गर्भाशयात गर्भाची पूर्ण वाढ होते व नंतर

बालक जन्म घेतं, त्याचप्रमाणे मायेच्या योनीत चेतना म्हणजेच परमात्मा बीज टाकतो आणि पंचमहाभूत नावाच्या बालकाचा जन्म होतो.

संपूर्ण सृष्टीत मनुष्य, पशु-पक्षी, वनस्पती यांच्या असंख्य योनी आहेत आणि प्रत्येक योनीतदेखील सर्व जीव एकमेकांपेक्षा भिन्न आहेत. हे सर्व जीव जड आणि चेतना यांच्या संयोगातून निर्माण झाले आहेत. जड तत्त्वाच्या विविधतेमुळे प्रत्येक जीव परस्परांहून भिन्न असतो. तरी सर्वांमधील चेतन तत्त्व एकच आहे. केवळ सात प्रमुख रंग वेगवेगळ्या प्रमाणात एकत्र केल्याने जशा हजारो रंगांच्या शेडस् तयार होतात, तसंच पंचमहाभूत, मन, बुद्धी, अहंकार यांच्या वेगवेगळ्या संयोगातून अब्जावधी जीव तयार होतात.

● मनन प्रश्न :

१. तुम्ही कधी मानवाचं रंग-रूप, आकार, स्वभावातील विविधता यांच्याकडे बारकाईनं पाहिलं आहे का? सात रंगांपासून हजारो रंग तयार होतात, या उपमेतून तुम्हाला काय समजलं?

२. तुमच्या मनात असं कोणतं काल्पनिक जग तयार झालंय, ज्यामुळे तुम्ही बंधनात जखडले गेलात??

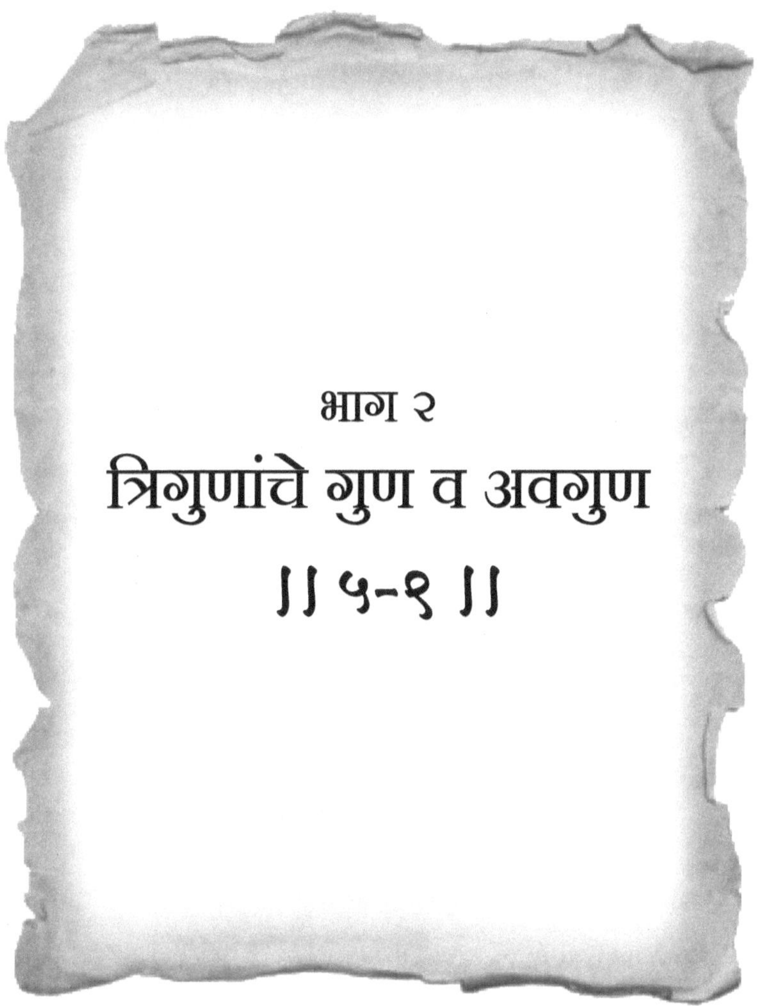

भाग २

त्रिगुणांचे गुण व अवगुण

|| ५-९ ||

अध्याय १४

सत्त्वं रजस्तम इति गुणाः प्रकृतिसम्भवाः । निबध्नन्ति महाबाहो देहे देहिनमव्ययम् ।।५ ।।

तत्र सत्त्वं निर्मलत्वात्प्रकाशकमनामयम् । सुखसङ्गेन बध्नाति ज्ञानसङ्गेन चानघ ।।६ ।।

रजो रागात्मकं विद्धि तृष्णासङ्गसमुद्भवम् । तन्निबध्नाति कौन्तेय कर्मसङ्गेन देहिनम् ।।७ ।।

तमस्त्वज्ञानजं विद्धि मोहनं सर्वदेहिनाम् । प्रमादालस्यनिद्राभिस्तन्निबध्नाति भारत ।।८ ।।

सत्त्वं सुखे सञ्जयति रजः कर्मणि भारत । ज्ञानमावृत्य तु तमः प्रमादे सञ्जयत्युत ।।९ ।।

५

श्लोक अनुवाद : ''आणि हे अर्जुना! सत्त्वगुण, रजोगुण आणि तमोगुण– निसर्गातून उत्पन्न झालेले हे तीनही गुण अविनाशी जीवात्म्याला शरीरात बद्ध करतात''।।५।।

गीतार्थ : तिसऱ्या आणि चौथ्या श्लोकात ज्या निसर्गमातेविषयी सांगितलं आहे, त्याच निसर्गाद्वारे सत, रज आणि तम हे तीन गुण उत्पन्न होतात. या तीन गुणांच्या प्रमाणानुसार प्राण्यांमध्ये अनेक प्रकार निर्माण होतात. कुणात रजोगुण अधिक प्रमाणात असतो, तर एखाद्यात तमोगुणाचं प्राधान्य असतं आणि कोणी सत्त्वगुणी असतो. हे तीनही गुण एखाद्या दोरखंडासमान आहेत, जे सेल्फला शरीरासोबत बांधून ठेवतात. या तीन गुणांच्या आहारी जाऊन परमात्मा शरीराशी आसक्त होऊन कर्म करत राहतो.

वास्तविक जीवाचं अविनाशी स्वरूप कधीही गुणांनी बद्ध होत नाही, परंतु विनाशी देहाला तो जेव्हा मी, माझं, माझ्यासाठी मानू लागतो, तेव्हा त्याच्या या धारणांमुळे तो गुणांशी बांधला जातो.

जसं, एखाद्या तरुणाचा विवाह झाल्यानंतर त्याच्या पत्नीच्या कुटुंबातील लोकांशी त्याचं जवळचं नातं निर्माण होतं. कालपर्यंत जे कोणीही नव्हते, ते आज सगे-सोयरे बनतात. पत्नीसाठी कपड्यांची, दागिन्यांची गरज ही त्याला त्याचीच गरज वाटू लागते. अगदी तसंच शरीरासोबत 'मी' आणि 'माझे' हा संबंध निर्माण झाल्यानंतर ईश्वराचे संपूर्ण जगाशी संबंध जुळतात. शरीराच्या आवश्यकतेला तो आपलीच गरज मानू लागतो. त्यामुळे तो अनेक दुःखांमध्ये गुरफटून जातो. या गुणांच्या प्रभावाने निर्माण झालेल्या बंधनाच्या प्रक्रियेचं स्पष्ट ज्ञान आपल्याला मुक्तीच्या दिशेने घेऊन जातं.

या तीन गुणांचे भाग वेगवेगळे असतात, जे पुढील श्लोकांतून सांगितले आहेत.

६

श्लोक अनुवाद : ''हे निष्पाप! सत्त्वगुण इतरांपेक्षा निर्मळ असल्याने तो प्रकाशमय आणि विकाररहित आहे. जे सत्त्वगुणांमध्ये स्थित आहेत, ते सुख आणि ज्ञानाच्या भावनेने बद्ध होतात''।।६।।

गीतार्थ : 'गुण गुणातीत योग' या अध्यायात आपण तीन गुणांविषयी सविस्तर जाणणार आहोत. सत, रज आणि तम या तीन गुणांचे गुण आणि अवगुण कोणकोणते आहेत? होय, गुणांचे गुण आणि अवगुण. सत, रज आणि तम हे तीन गुण मनुष्यात सामावलेले आहेत, जे शरीराला कार्यान्वित करतात. हे गुण जर संतुलित असतील, तर शरीरदेखील संतुलित राहतं. या गुणांचं आधिक्य वा उणीव यांमुळे मनुष्यात असंतुलन निर्माण होतं. कसं, ते आता आपण जाणून घेऊ या. आपलं उद्दिष्ट आहे, या गुणांच्या पलीकडे असलेल्या गुणातीत अवस्थेत जाणं.

सत्त्वगुण : प्रस्तुत श्लोकात श्रीकृष्ण सांगतात, 'या तिन्ही गुणांमध्ये सत्त्वगुण हा सर्वांत निर्मळ आहे. त्यामुळे तो प्रकाश पसरवणारा आहे.' याचाच अर्थ, तो अशांती, दुःख, रोग यांऐवजी आनंद, सुख, आरोग्य या गोष्टी सर्वत्र पसरवतो. सत्त्वगुणी मनुष्य वेळेवर झोपतो, वेळेवर उठतो, सात्त्विक आहार ग्रहण करतो, सात्त्विक पुस्तकं वाचतो, सदैव सत्संगात राहण्याचा प्रयत्न करतो, भावनांमध्ये वाहवत नाही आणि क्रोध, द्वेष इत्यादी विकारांचा स्वतःवर पगडा निर्माण होऊ देत नाही. या सर्व बाबींचा तो सजगतेने अभ्यास करतो. त्यामुळे त्याचं मन शुद्ध आणि निर्मळ असतं.

हे मनच मनुष्याच्या बंधनाचं कारण आहे आणि मोक्षाचं साधनदेखील आहे, हे तुम्हाला माहीत आहेच. सत्त्वगुण प्रबळ झाल्याने आणि रज व तम दुर्बल झाल्याने मन अनासक्तीकडे झुकतं. विकार आपोआपच कमी होऊ लागतात, त्यामुळे मनुष्य आतूनच संतुष्टी, प्रसन्नता अनुभवू लागतो.

सत्त्वगुणी मनुष्य संयमित जीवन जगतो. परिणामी त्याचं आरोग्यदेखील उत्तम राहतं. हे आहेत सत्त्वगुणाचे गुण, ज्यायोगे त्याला अनेक लाभ मिळतात.

आता आपण सत्त्वगुणातील अवगुण जाणू या. सत्संग आणि सात्त्विक श्रवण-पठण यांद्वारे सत्त्वगुणी मनुष्याला आध्यात्मिक ज्ञान प्राप्त होतं. स्वीकार, समर्पण हे भाव प्रबळ झाल्याने तो सुखी-संतुष्ट जीवन जगतो. परंतु आता या गोष्टींची त्याला सवयच जडते. ज्ञान आणि सुख यांची आसक्ती त्याला बंधनात टाकते. ही बाब थोडीशी विसंगत वाटेल. परंतु वास्तव काय आहे हे आपल्याला पुढे समजून येईल.

सत्त्वगुण वाढल्याने चित्तशुद्धी, ज्ञानप्राप्ती, सुख आणि स्वास्थ्य हे लाभ होतात. परंतु मनुष्याचा अहंकार जर कमी झाला नाही, तर तो स्वतःला 'मी सुखी, मी ज्ञानी, मी निरोगी, मी स्थितप्रज्ञ' असं समजू लागतो. मग ही अहंपणाची भावना सुख आणि ज्ञान यांच्याविषयी आसक्ती निर्माण करते आणि हीच आसक्ती बंधनाचं कारण बनते. त्याचबरोबर आजूबाजूचे लोक जेव्हा त्याच्या गुणांची प्रशंसा करू लागतात, तेव्हा ते त्याच्याही अधीन होऊ लागतात. अशा प्रकारे तो सत्त्वगुणाचा गुलाम बनतो. एखाद्या गरजूला आर्थिक मदत करणं, एखाद्या रुग्णाला वेळ देणं, एखाद्या दुःखी व्यक्तीचं सांत्वन करणं, ही त्याची स्वतःची आवश्यकताच बनते. याचाच अर्थ, मनुष्य लोखंडाच्या बेडीतून तर मुक्त होतो, परंतु आता तो सोन्याच्या बेडीत जखडला जातो.

कित्येक लोक सत्त्वगुणापर्यंत पोहोचतातही, परंतु आपल्याला त्याच्याही पलीकडे म्हणजे गुणातीत अवस्थेत जायचं आहे, हे त्यांना माहीतच नसतं. अनेकांकडून ही चूक घडते. त्यामुळे त्यांचा प्रवास तिथेच थांबतो. सत्त्वगुणी स्वतःमध्ये अनेक सद्गुण विकसित करतो. परंतु इतर लोक असं करत नाहीत, हे पाहून तो नाराज होतो. हादेखील सत्त्वगुणींचा एक अवगुण आहे. जसं, त्याने त्याच्या दिनचर्येची जी आखणी केलेली असते,

ती तो तंतोतंत अमलात आणतो. वेळेवर उठणं, वेळेवर जेवण करणं, काम करणं आणि वेळेवर झोपणं या गोष्टी तो कटाक्षाने पाळतो. परंतु घरातील इतर लोक उशिरा उठतात, सुस्तपणे काम करतात, तेव्हा सत्त्वगुणी स्वतःचा संयम गमावतो आणि क्रोधित होतो. इतरांमुळे स्वतःचा संयम गमावून बसतो.

सत्त्वगुणातील अवगुण दूर केले, तर मनुष्य गुणातीत अवस्थेत पोहोचू शकतो आणि जर त्यातून मुक्त झाला नाही, तर तो त्यातच अडकून राहू शकतो. किंबहुना त्याचं पतनही होऊ शकतं. त्यामुळेच आपण अत्यंत सावधान, सजग राहायला हवं. अन्यथा इतका उत्तम गुणदेखील हानिकारक ठरू शकतो.

७

श्लोक अनुवाद : ''हे अर्जुना! रागरूप रजोगुणाला असंख्य वासना आणि आसक्तीची निर्मिती जाण. ज्यामुळे देहधारी जीव सकाम कर्मांशी बांधला जातो''।।७।।

गीतार्थ : मागच्या श्लोकात श्रीकृष्णांनी सत्त्वगुणाचं स्वरूप सांगितलं. आता या श्लोकात रजोगुणाचं वर्णन करत आहेत, त्याच्या गुणावगुणांविषयी सांगत आहेत. रजोगुणी मनुष्य महत्त्वाकांक्षी असतो. तो अतिक्रियाशील असतो. असा मनुष्य कमी वेळेत जास्त काम करतो. त्याचं वैशिष्ट्य म्हणजे तो त्याचं उद्दिष्ट वेळेत पूर्ण करतो. अशा लोकांना नेहमी कामाची चिंता सतावत राहते. रजोगुणी यासाठी आराम करतो, की त्याला दुसऱ्या दिवशी चांगल्या रीतीने काम करता यावं.

सत्त्वगुण ज्ञान प्रकट करतं, तर रजोगुण ज्ञान झाकून टाकतं. तो शरीर आणि त्याच्यासाठी आवश्यक वस्तूंच्या प्राप्तीची इच्छा निर्माण करतो. एकदा का एखाद्या वस्तूची कामना निर्माण झाली, तर ती प्राप्त केल्याशिवाय या मनुष्याला चैनच पडत नाही. शिवाय इच्छित वस्तू मिळाली, तर त्याची

आसक्ती जडते. त्यानंतर मग आणखी एक नवीन इच्छा जन्म घेते आणि ती पूर्ण करण्यासाठी हा मनुष्य पुन्हा धावपळ करू लागतो. अशा प्रकारे त्याची घोडदौड थांबतच नाही.

रजोगुणी मनुष्य कर्माच्या आसक्तीने बांधला जातो. त्याचं संपूर्ण जीवन कर्म आणि त्याचं फळ यांच्याशी आसक्त राहतं. जसं, दोन फुगे आहेत. एक कर्माचा आणि दुसरा फळाचा. खरंतर दोन्ही एकाच धाग्याने बांधले आहेत. पण या दोन्ही धाग्यांच्या मधोमध रजोगुण चिकटतो.

रजोगुणी आपलं संपूर्ण जीवन धन कमावण्यात, खर्च करण्यात आणि वस्तूंची खरेदी करण्यात व्यतीत करतो. अधिकाधिक सुखसुविधा प्राप्त करण्याची व्याकुळता आणि जे प्राप्त झालंय, ते गमावण्याची भीती यांमुळे तो एका मागोमाग एक कर्म करत राहतो. अशा प्रकारे आपल्याच कर्मातून उत्पन्न झालेली सुख-दुःखरूपी फळं भोगण्यासाठी हा जीव शरीराशी बद्ध राहतो. रजोगुणांनी बद्ध असलेल्या मनुष्याला त्याच्या कर्तेपणाचा अभिमान असतो. मात्र तो कधीही थांबून विचारच करत नाही, की 'मी अमुक हे काम का करतोय? ते माझ्या उद्दिष्टाशी सुसंगत आहे का?' त्यामुळे रजोगुणीचा उत्साह गुणातीत योग प्राप्त करण्यात बाधा ठरतो.

८-९

श्लोक अनुवाद : ''हे अर्जुना! सर्व देहाभिमानींना मोहित करणारा तमोगुण अज्ञानामुळे निर्माण होणारा आहे, हे जाण. तो या जीवात्म्याला प्रमाद*, आळस आणि निद्रा यांद्वारे बांधून टाकतो''॥८॥

कारण हे अर्जुना! सत्त्वगुण सुखामागे लागतो आणि रजोगुण कर्मामागे तसंच तमोगुण तर ज्ञानाला झाकून प्रमाद करायला लावतो॥९॥

**इंद्रियं आणि अंतःकरण यांकडून घडणाऱ्या व्यर्थ प्रयत्नाला 'प्रमाद' म्हणतात.*

गीतार्थ : इथे श्रीकृष्ण पुन्हा मागील श्लोकातील काही बाबी सांगून त्या अर्जुनाच्या मनावर बिंबवत आहेत. ते सांगत आहेत- हे अर्जुना, तमोगुण अज्ञानातून निर्माण होतो. तमोगुणाने अज्ञान वाढतं आणि अज्ञानाने तमोगुण! या दोहोंमध्ये वृक्ष आणि बीज यांसारखा संबंध आहे. अज्ञान बीज आहे तर तमोगुण वृक्ष! यासाठीच कधी तमोगुणाने अज्ञानाची आणि कधी अज्ञानाने तमोगुणाची उत्पत्ती झाल्याचं सांगितलं गेलंय.

तमोगुण मूळ अविद्येतून तयार झाला आहे. मूळ अविद्या अर्थात जिथे मनुष्य स्वतःला शरीर मानतो, जिथे ईश्वर शरीराशी संलग्न होऊन आपलं वेगळं अस्तित्व स्थापित करतो. तमोगुणाच्या प्रभावामुळे मनुष्याची विवेक-शक्ती झाकोळली जाते आणि तो मूर्खाप्रमाणे व्यवहार करू लागतो. तमोगुण मनुष्याला प्रमाद, आळस आणि निद्रा यांकडे ढकलतो.

तमोगुण ज्ञानाला पूर्णपणे झाकोळून टाकतो. यासाठीच त्याला मोहात फसवणारा असं म्हटलं गेलं आहे. मोहात गुरफटलेला मनुष्य आसक्ती आणि मूर्खपणा यांच्या अधीन राहून व्यवहार करतो. जसं, एक तरुण मद्यपान करतो, दुर्वर्तन करतो, चारित्र्यहीन असतो, पैशाचा अपव्यय करतो. पण त्याचं हे वर्तन पाहूनदेखील त्याची आई जर त्याला एका शब्दानेही जाब विचारत नसेल, त्याच्या अवगुणांवर पांघरूण घालत असेल, तर यामागे एकमेव कारण आहे, पुत्रमोह! आई स्वतः चारित्र्यवान असूनही तिच्यात असलेल्या पुत्रमोहामुळे ती सत्य स्वीकारूच शकत नाही. धृतराष्ट्रानेही दुर्योधनावर असंच अंध प्रेम केलं.

प्रमाद, आळस आणि निद्रा ही तमोगुणाची तीन मुलं आहेत. ती मनुष्याला बंधनात जखडून ठेवतात. तमोगुण मनुष्याला काम करण्यापासून परावृत्त करतो तर रजोगुण काम करण्यासाठी प्रवृत्त करतो आणि सत्त्वगुण सात्त्विक प्रवृत्तीमध्ये स्थिर करतो. रजोगुण चंचल आहे, त्यामुळे तो अनेक वृत्तींमध्ये फसत जाऊन मनाला नेहमी अस्थिर ठेवतो. जसं सत्त्वगुणात मनाला

स्थिर करण्याची शक्ती आहे, तसं तमोगुणात सुस्ती निर्माण करण्याची शक्ती आहे. जड पदार्थांमध्ये जशी स्थिरता दिसून येते, तशी तमोगुणीमध्ये प्रवृत्तीपासून परावृत्त झाल्याने स्थिरता आढळते. परंतु तमोगुणीची स्थिरता ही निष्क्रियता आहे. ती प्रमाद, आळस आणि निद्रा यांच्याशी संबंधित आहे. सत्त्वगुणात स्थिरता असल्याने आनंद मिळतो. कसं ते एका उदाहरणाने समजून घेऊ या.

तीन महिला आहेत- एक सत्त्वगुणी, दुसरी रजोगुणी आणि तिसरी तमोगुणी. एकदा तिघींच्या घरी पाहुणे जेवायला येणार असतात. आता रजोगुणी महिला लगेच धावपळ सुरू करते, त्याचबरोबर घरातील लोकांनाही बाजारातून काही वस्तू आणायला पाठवते, तसंच घरातील कामवाल्या बाईलाही काही कामं सांगते. घर अगदी डोक्यावर घेते. मात्र इतर दोन्ही महिलांमध्ये एक सत्त्वगुणी तर एक तमोगुणी असते. अशा स्थितीत दोघीही वरकरणी तर शांत दिसतात, पण सत्त्वगुणी महिलेची शांती ही खरी शांती आहे, जी समजेने, ज्ञानाने प्राप्त झालीय. एखाद्याला जेवू घालणं हे ती सेवा समजते. 'अतिथी देवो भव' या भावनेने भोजन तयार करण्यात आनंद अनुभवते. दुसरी महिला शांत असली तरी आळसामुळे तिच्यात स्वयंपाक करण्याचा उत्साह नसतो, ना एखादं काम चांगल्या प्रकारे करण्याची इच्छा! काम टाळण्याची प्रवृत्ती किंवा ते कसं तरी उरकून टाकण्याची वृत्ती यांमुळे ती वरकरणी जरी शांत दिसत असली तरी खरंतर ती सुस्त आणि कामात दिरंगाई करणारी आहे.

प्रमादाच्या आहारी जाऊन मनुष्यात इतकी जडता येते, की कर्तव्यात कसूर केल्याचं दुःखही त्याला होत नाही. तमोगुणी मनुष्य कर्तव्य-अकर्तव्य यांचं भानही राखत नाही. कारण तो आळसातून आनंद प्राप्त करण्याचा प्रयत्न करत असतो, केवळ नाइलाजानंच काम करत राहतो. अजिबात काम न करता किंवा थोडंफार काम करून त्याला पैसे मिळाले, की तो खूप खुश होतो. याउलट सात्त्विक मनुष्य जराही अयोग्य गोष्ट सहन करत नाही, न

त्याच्यात आळस असतो. तसंच तो कमीत कमी झोप घेतो. तमोगुणी मात्र अगदी याच्या विरुद्ध असतो. तो झोप जास्त घेतो आणि कमी काम करतो. अशा प्रकारे सत्त्वगुण एक टोक आहे, तर तमोगुण दुसरं टोक आणि मध्यभागी आहे रजोगुण.

तमोगुण ज्ञान दडवून टाकतं आणि रजोगुण ज्ञानाला कामाला जुंपतं परंतु सत्त्वगुण आनंदातच मनावर विजय प्राप्त करतं. सत्त्वगुणी मनुष्यच पुढे जाऊन गुणातीत अवस्थेत पोहोचण्याची शक्यता असते.

● **मनन प्रश्न :**

१. तुमच्यात रज, तम, सत यांपैकी कशाचं आधिक्य आहे? यावर मनन करा.

२. तुमच्या शरीरात प्रामुख्याने जे गुण आहेत, त्याचे कोणते गुणावगुण तुमच्यात कार्यरत आहेत?

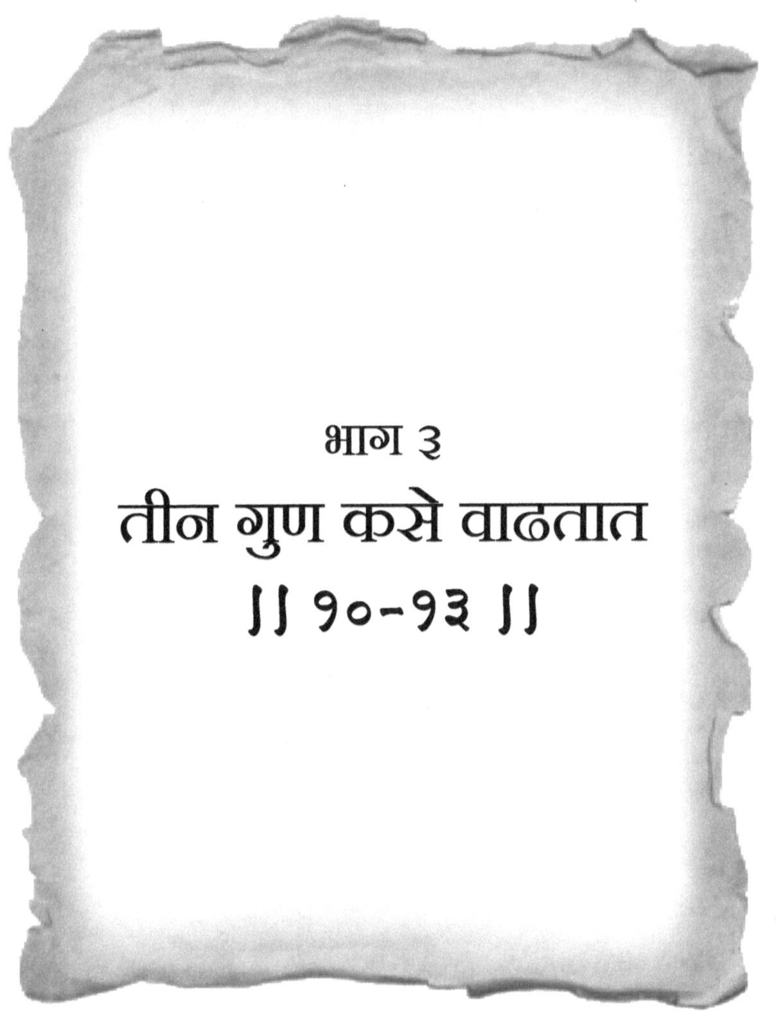

भाग ३

तीन गुण कसे वाढतात

॥ १०-१३ ॥

अध्याय १४

रजस्तमश्चाभिभूय सत्त्वं भवति भारत । रजः सत्त्वं तमश्चैव तमः सत्त्वं रजस्तथा।।१० ।।

सर्वद्वारेषु देहेऽस्मिन्प्रकाश उपजायते । ज्ञानं यदा तदा विद्याद्विवृद्धं सत्त्वमित्युत ।।११ ।।

लोभः प्रवृत्तिरारम्भः कर्मणामशमः स्पृहा । रजस्येतानि जायन्ते विवृद्धे भरतर्षभ।।१२ ।।

अप्रकाशोऽप्रवृत्तिश्च प्रमादो मोह एव च । तमस्येतानि जायन्ते विवृद्धे कुरुनन्दन।।१३ ।।

१०

श्लोक अनुवाद : ''हे अर्जुना! रजोगुण आणि तमोगुण यांचा पाडाव करून सत्त्वगुण प्रबळ होतो आणि कधी कधी रजोगुण, सत्त्व आणि तम यांचा पाडाव करतो. तर कधी तमोगुण सत्त्व आणि रज यांचा पाडाव करतो. याप्रमाणे वर्चस्वासाठी निरंतर स्पर्धा सुरू असते''॥१०॥

गीतार्थ : या श्लोकात हा विषय अधिक स्पष्ट करताना श्रीकृष्ण सांगतात, 'कोणताही मनुष्य सत्त्व, रज, तम या तीन गुणांपासून मुक्त नाही. तिन्ही गुण मनुष्यात असतातच. परंतु ते समान रूपात नसतात. कोणताही एक गुण मुख्य आणि अन्य दुय्यम असतात. सत्त्वगुणी मनुष्यात सत्त्वगुण वर असतो, अधिक असतो आणि रजोगुण व तमोगुण खाली असतात, दुय्यम असतात. त्याचप्रमाणे रजोगुणी मनुष्यात रजोगुण प्रखर असल्याचं दिसतं आणि सत्त्वगुण व तमोगुण अतिशय कमी प्रमाणात असतो. तमोगुणी मनुष्यात तमोगुण शिखरावर असतो आणि सत्त्वगुण व रजोगुण अतिशय नगण्य रूपात असतात.

या तीन गुणांचं प्रमाण वेळोवेळी बदलत राहतं. एखाद्या क्षणी कोणत्याही एका गुणाचं प्राबल्य निर्माण होतं आणि मनुष्य त्यानुसार कार्य करू लागतो. त्या वेळी अन्य दोन्ही गुण पूर्णपणे नाहीसे झालेले नसतात. परंतु त्यांचा प्रभाव कमी असतो. हे तिन्ही गुण मनुष्याला कार्यान्वित करतात.

श्रीकृष्ण पुढे सांगतात, की सत्त्वगुण वृद्धिंगत करण्यासाठी तमोगुण आणि रजोगुण यांना दुर्बल करावं लागेल. यासाठी सत्त्वगुणाला नेहमी साहाय्य करा आणि रजोगुण व तमोगुण यांना असहयोग करा. कारण सत्त्वगुण वाढल्यानेच गुणातीत अवस्था प्राप्त करता येऊ शकते.

जसं, सत्त्वगुण हा रजोगुणाला आणि तमोगुणाला क्षीण करून वाढतो, तसंच रजोगुणदेखील सत्त्वगुणाचा आणि तमोगुणाचा पाडाव करतो. अशाच प्रकारे तमोगुण सत्त्वगुणाला आणि रजोगुणाला दडपून स्वतः वाढत राहतो. परिणामी या तिन्ही गुणांमध्ये आपापसात रस्सीखेच सुरू असते. प्रत्येक गुणाला आपलं वर्चस्व कायम ठेवण्याची इच्छा असते. यासाठीच सत्त्वगुणाचं प्राबल्य असूनही निश्चिंत

राहणं शक्य नसतं. कारण रजोगुण आणि तमोगुण डोकं वर काढण्यासाठी योग्य संधीचीच वाट पाहत असतात. अशी कितीतरी उदाहरणं दिसतील, जिथे प्रयत्नांची पराकाष्ठा करून सत्त्वगुण प्रबळ केला, परंतु ऐन वेळी त्याने दगा दिला. जसं, सत्त्वगुणसंपन्न ज्ञानी युधिष्ठिरांनी आयुष्यभर सात्त्विक आचार-विचार यांचं पालन केलं. परंतु एके दिवशी कौरवांशी द्युत खेळताना तमोगुणाच्या आहारी जाऊन ते संयम गमावून बसले. शिवाय स्वतःच्या पत्नीला म्हणजे द्रौपदीलाच त्यांनी पणाला लावलं. या कारणानेच सत्त्वगुण प्रबळ राहण्यासाठी जागरूक असण्याची आवश्यकता असते.

थोडक्यात असं म्हणता येईल, की मनुष्यात तीनही गुण असतात आणि या तीन गुणांपैकी ज्याचं आधिक्य असेल, त्याचप्रमाणे जीवन सुरू राहतं. ज्याला याचं आकलन होतं, तो सदैव सावध राहू शकतो.

११

श्लोक अनुवाद : यासाठी- ज्या वेळी या देहात, अंतःकरणात व इंद्रियांमध्ये चैतन्य आणि विवेक-शक्ती उत्पन्न होते, देहाची सर्व द्वारे ज्ञानाने प्रकाशित होतात, त्या वेळी सत्त्वगुणाच्या प्रकटीकरणाचा अनुभव येऊ शकतो।।११।।

गीतार्थ : सत्त्वगुणाचं प्राबल्य झाल्याने मनुष्याच्या जीवनात कोणत्या गोष्टी प्रकट होतात, हे भगवान श्रीकृष्ण या श्लोकात सांगत आहेत. शरीराची पंचेंद्रियं, कर्मेंद्रियं, मन, बुद्धी यांच्यात प्रकाश म्हणजे ज्ञान प्रकट होऊ लागतं. इथे ज्ञान म्हणजे दोहोंच्या पल्याड असलेलं ज्ञान. अज्ञान म्हणजे दोनमध्ये विभागलं गेलेलं ज्ञान. जसं, माझं-तुझं, कृष्ण-धवल, चांगलं-वाईट. जोपर्यंत जीवनातील सर्व व्यवहारांत भेद दिसतो, तोपर्यंत अज्ञान आहे, असं समजायला हवं.

तुम्ही जेव्हा प्रत्येकात ते परमतत्त्व पाहता, मनुष्याला कर्ता न मानता त्याच्यात असलेली ऊर्जा सर्वकाही करून घेत आहे, असा अनुभव करता,

संपूर्ण विश्वाकडे ईश्वराची लीला समजून पाहता, मन अहंकारशून्य होतं, तेव्हा अभेद दृष्टीचा, एकत्वाचा संचार झाला आहे, असं समजायला हवं. अहंकाराच्या उपस्थितीत हे जग दोनमध्ये विभाजित झालेलं दिसतं.

सर्वसामान्यपणे मनुष्य त्याच्या जीवनात घडणाऱ्या घटनेत लोकांमध्ये मतभेद निंदा, दोषारोप यातच अडकलेला असतो. परंतु सत्त्वगुणी मनुष्य घटनेकडे समग्ररूपात पाहतो. संपूर्ण घटनेला तो एकाच रूपात पाहतो. रात्रीनंतर दिवस उगवतो, पर्वत आहे, तर दरी असणारच, दुःखामुळेच आनंदाचं महत्त्व आहे, हे तो योग्य प्रकारे जाणत असतो. अशा वेळी त्याची विवेक-शक्ती अत्युच्च शिखरावर असते.

शरीर, इंद्रिय आणि अंतःकरण यांमध्ये जेव्हा ज्ञानाचा प्रकाश पसरतो, तेव्हा संयम जणू मनुष्याचा सेवक बनतो. जे ऐकण्यायोग्य नाही, ते तो न ऐकल्यासारखं करतो, जे पाहण्यायोग्य नाही, ते न पाहिल्यासारखं करतो, जे सांगण्यायोग्य नाही, ते त्याच्या मुखातून येतच नाही. जसं, प्रकाशासमोर अंधार टिकत नाही, तसंच निषिद्ध कर्म इंद्रियांसमोर टिकत नाही, ते तत्काळ दूर पळतं. मनुष्य विषय-वासनांतून विरक्त होतो.

सत्त्वगुणाची वृद्धी होते, तेव्हा मनुष्यात हे सर्व गुण दिसून येतात. अशा प्रकारे सर्व इंद्रियांमध्ये जेव्हा सहज संयमदृष्टी येते, तेव्हा सत्त्वगुण अतिशय उन्नत झाला आहे, असं समजायला हवं.

१२

श्लोक अनुवाद : ''आणि हे अर्जुना! रजोगुणामध्ये वृद्धी झाल्यानंतर अत्याधिक आसक्ती, सकाम कर्म, महत्प्रयास, अनियंत्रित इच्छा आणि लालसा इत्यादी लक्षणं उत्पन्न होतात''॥१२॥

गीतार्थ : रजोगुण वाढल्यानंतर कोणकोणते गुण प्रकट होतात, हे या श्लोकात सांगितलं आहे. श्रीकृष्ण सांगतात- 'हे अर्जुना, मनुष्यात रजोगुण

वाढल्यानंतर त्याच्यात लोभीपणाची भावना वाढते. लोभ वाढल्याने अनेक वृत्तींचा जन्म होतो, त्यातून अनेक कर्मांचा आरंभ होतो आणि या कर्मांनी अशांती निर्माण होते.

मात्र लोभ कधीही संतुष्ट होत नाही, त्यामुळे लोभी मनुष्य नेहमी एक झालं की दुसरं कर्म करण्यासाठी क्रियाशील बनतो. तो शांत बसूच शकत नाही. लोभाने प्रेरित होऊन केलेलं कर्म हे स्वार्थापोटीच केलं जातं. असं सकाम कर्म कधीही शांती देऊ शकत नाही.

मनुष्य प्रामुख्याने जमीनजुमला, वस्त्र-अलंकार, नाव, पद, कीर्ती यांचा लोभी असतो आणि या सर्व कामनांच्या पूर्तीसाठी धनाची आवश्यकता असते. त्यामुळे तो चांगल्या-वाईट मार्गाने पैसा मिळवण्यासाठी जीवाचा आटापिटा करू लागतो. जसं, एखाद्याला फसवणं, एखाद्याकडून लाच घेणं, जुगार खेळणं, भेसळयुक्त माल विकणं अशा विविध मार्गांचा अवलंब करतो. या मार्गांनी तो भौतिक सुख प्राप्त करतो, परंतु आंतरिक शांती मात्र गमावून बसतो.

भोगविलासाची तीव्र इच्छा रजोगुण वाढल्याचा परिणाम आहे. रजोगुण मनुष्याला कशा प्रकारे सकाम कर्म करण्यासाठी प्रवृत्त करतो, हे पुढील उदाहरणाद्वारे समजून घेऊ या.

एकदा एका मनुष्याच्या मनात आलिशान फ्लॅट खरेदी करण्याची इच्छा जागृत होते. त्या फ्लॅटची किंमत त्याच्या बजेटपेक्षा खूपच जास्त असल्याने तो अवाजवी कर्ज काढतो. आता कर्जाचा मोठा हप्ता फेडणं त्याला त्रासदायक ठरतं. मग यातून बचाव करण्यासाठी तो लाच घेतो आणि अन्य अनैतिक मार्गांचा अवलंब करतो. शिवाय त्यात पकडला जाऊ नये, म्हणून खोटंही बोलतो. एवढं सगळं केल्यानंतर फ्लॅटचा ताबा मिळतो. तो ताब्यात येताच घराचं इन्टिरिअर करण्याची, महागडी कार विकत घेण्याची, प्लॉट घेण्याची इच्छा जागृत होते. अशा प्रकारे इच्छा थांबायचं कधी नावच घेत नाहीत. परिणामी मनुष्य भोगविलासाच्या लालसेमागे तीव्र गतीने धावत राहतो.

१३

श्लोक अनुवाद : आणि हे अर्जुना! तमोगुण वाढल्यानंतर अंतःकरणात, इंद्रियांमध्ये अंधकार, निष्क्रियता, कर्तव्य-कर्मांमध्ये अप्रवृत्ती, प्रमाद आणि निद्रा इत्यादी अंतःकरणाला मोहिनी घालणाऱ्या वृत्ती उत्पन्न होतात।।१३।।

गीतार्थ : या श्लोकात तमोगुण वरचढ झाल्याने कोणते परिणाम होतात, याचं वर्णन केलंय. भगवान श्रीकृष्ण सांगतात- हे अर्जुना, तमोगुणाचा सर्वांत पहिला परिणाम आहे, मनावर काळोख दाटणं अर्थात मनावर अविवेकाचं मळभ साठणं. खरंतर प्रत्येक मनुष्यात ज्ञानरूपी प्रकाश विद्यमान आहेच. परंतु त्याला त्याचा अनुभव नसतो. यामागील मुख्य कारण आहे अविवेक. अविवेक अर्थात बुद्धीची अशी स्थिती, ज्यात मनुष्य कोणताही निर्णय घेऊ शकत नाही. परिणामी त्याला चांगलं-वाईट यांच्यात फरक करणं कठीण बनतं. दुसरा परिणाम आहे, कर्तव्य-कर्मांमध्ये अप्रवृत्ती अर्थात, आपल्या कर्तव्यांपासून बचाव व्हावा यासाठी पलायन करण्याची वृत्ती. तमोगुणी मनुष्य सुस्तीमुळे कामाची टाळाटाळ करून आरामदायी जीवन जगतो. त्याला आरामातच सुख मिळतं. जीवनात एखादी वस्तू मिळवण्यासाठी तो न काही प्रयत्न करतो, ना त्याच्यात कोणता उत्साह असतो. तो स्वतःला सक्षम समजतच नाही.

तमोगुण प्रबळ झाल्याने मनुष्याच्या सर्व महत्त्वाकांक्षा क्षीण होतात. त्याच्या जीवनात प्रामुख्याने केवळ आहार आणि निद्रा या दोनच गोष्टी शिल्लक राहतात. तो अत्यंत आळशी आणि सुस्त बनतो. चांगलं, वाईट अशा दोन्ही प्रकारचं काम करण्यात असमर्थ बनून तो मोहरूपी दरीत कोसळतो. प्रवृत्तीतून (क्रियाशीलतेतून) निवृत्ती (अक्रियाशीलता) मनुष्याला बेजबाबदार आणि बेपर्वा बनवते. पण मन जोपर्यंत आतून निवृत्त होत नाही, तोपर्यंत बाह्य निवृत्तीला काहीही अर्थ उरत नाही. बाह्य निवृत्ती झाल्यानंतर प्रमाद म्हणजे आळसच निर्माण होतो.

सत्त्वगुण, रजोगुण आणि तमोगुण हे तिन्ही गुण वाढल्यानंतर कोणकोणती लक्षणं दिसू लागतात, हे आपण आतापर्यंत समजून घेतलं. या तीनही गुणांची आपापली उपयुक्तता आहे. वास्तविक रज आणि तम हे काही वाईट नाहीत, परंतु याचा कधी, किती आणि कसा उपयोग करायला हवा, याचं ज्ञान असायला हवं, याची समज असायला हवी. ज्याला ही कला अवगत असते, तो या गुणांचा आपल्या फायद्यासाठी उपयोग करतो. तो गुणांचा गुलाम नव्हे, तर स्वामी बनतो.

जसं, तुम्हाला जर ध्यान करायचं असेल, तर अशा वेळी सत्त्वगुण वाढवण्याची आवश्यकता असते. ध्यानाच्या वेळी सुस्ती आली, तर काही काळ दीर्घ श्वास घ्या, मग उठून थोडं धावा किंवा ए.सी., पंखा बंद करा. असं केल्याने तुम्ही रज आणि तम यांना दडपून टाकता आणि सत्त्वगुणाला वर आणता. दिवसभरात जेव्हा तुम्हाला सक्रिय राहायचं असेल, त्या वेळी सत्त्व आणि तम यांना दडपून रजोगुणाला चालना द्यायची आहे. झोप ही शरीर आणि मन यांना आराम देते. शरीरातील पेशी झोपेमध्ये आरोग्य प्राप्त करतात. इतकंच नव्हे, तर शरीरात एखादी व्याधी असेल, तर झोपेत त्यावरही हीलिंग होतं. अशा प्रकारे झोपताना सत आणि रज दडपून तमोगुणाला वर आणायला हवं.

● मनन प्रश्न :

१. दिवसभरातील विविध घटनांमध्ये कोणत्या वेळी, कोणता गुण उफाळून येतो आणि कोणता खाली जातो, हे जागृत राहून पाहा.

२. तुमच्या शरीरात जेव्हा अयोग्य वेळी रज किंवा तम हे गुण वरचढ होतात, तेव्हा ते तुम्ही कसे कमी करता? यावर मनन करा.

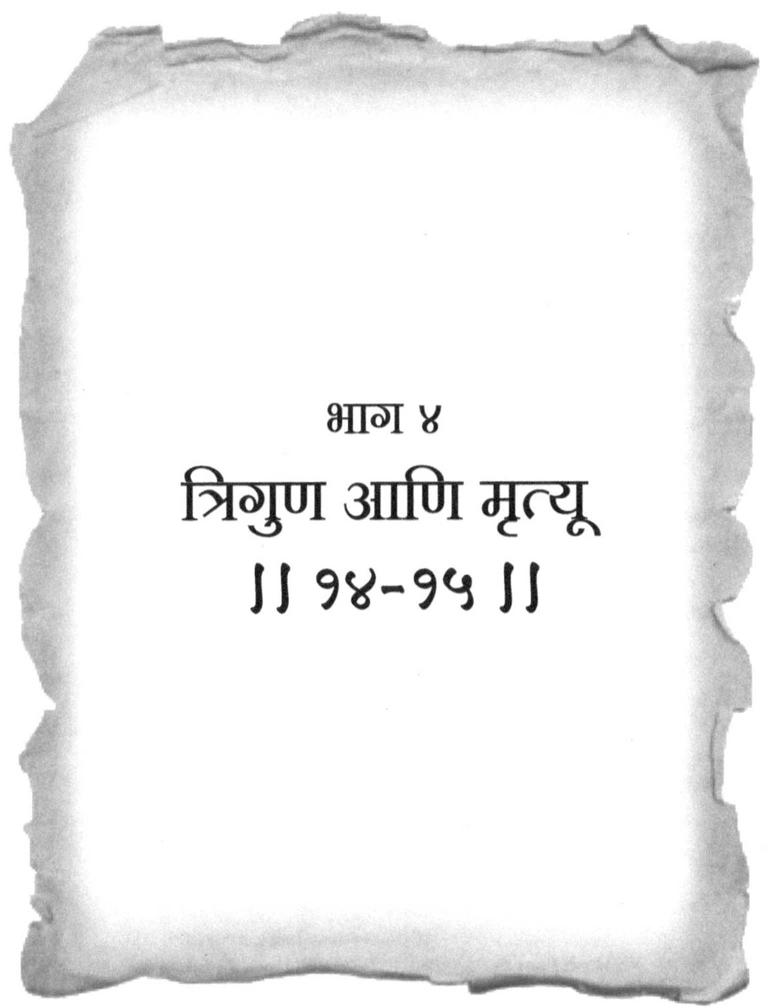

भाग ४

त्रिगुण आणि मृत्यू

॥ १४-१५ ॥

अध्याय १४

दा सत्त्वे प्रवृद्धे तु प्रलयं याति देहभृत् । तदोत्तमविदां लोकानमलान्प्रतिपद्यते ।।१४ ।।

रजसि प्रलयं गत्वा कर्मसङ्गिषु जायते । तथा प्रलीनस्तमसि मूढयोनिषु जायते।।१५ ।।

१४-१५

श्लोक अनुवाद : आणि हे अर्जुना! ज्या मनुष्याचा मृत्यू सत्त्वगुण वाढल्यानंतर होतो, तेव्हा तो उत्तम कर्म करणारा, निर्मळ दिव्य असा स्वर्गलोक प्राप्त करतो ॥१४॥

आणि रजोगुण वाढल्यानंतर ज्या मनुष्याचा मृत्यू होतो, तो सकाम कर्मांमध्ये संलग्न असलेल्या मनुष्य योनीत जन्म घेतो. मात्र जेव्हा तमोगुणामध्ये मृत्यू होतो, तेव्हा तो पशू योनीमध्ये जन्म घेतो॥१५॥

गीतार्थ : या श्लोकात रजोगुण, तमोगुण आणि सत्त्वगुण या गुणांची वृद्धी झाल्यानंतर त्या मनुष्याने देहत्याग केला, तर त्याच्यासोबत पुढे काय घडतं, ही महत्त्वपूर्ण बाब श्रीकृष्ण अर्जुनाला समजावत आहेत.

सत्त्वगुणाचं आधिक्य असणारा मनुष्य प्रकाशमय, शुद्ध, सात्त्विक वृत्तीचा असतो. अशा अवस्थेत देह त्यागल्याने तो पुढे देवलोकात जातो. अर्थात, अशा संघात प्रवेश करतो, जो विकाररहित आहे, जिथे ज्ञानाचा प्रकाश आहे आणि जो सर्वांच्या कल्याणात रुची बाळगतो. सत्त्वगुणाचं आधिक्य याचा अर्थ, जिथे आयुष्यभर स्वीकार, समर्पण आणि समभाव यांचा अभ्यास झाला आहे. जीवनभर यांचा अभ्यास झाला, तरच तो अंतकाळापर्यंत कायम राहू शकतो. कित्येक वेळा मृत्युपूर्वी शरीर व्याधिग्रस्त बनतं. अशा वेळी शरीरात वेदना होत असतानादेखील मन जर गुणातीत अवस्थेत असेल तर मृत्यूनंतरही तो या तिन्ही गुणांतून मुक्त होऊन उच्च चेतनेच्या स्तरावर पोहोचतो.

रजोगुण बलवत्तर असताना मनुष्याचा मृत्यू झाला तर तो, जिथे कर्माला प्राधान्य दिलं जातं, असा संघ निवडतो. शरीर त्यागतानाही ज्याच्या मनात नवीन कर्म करण्याची योजना बनत असते, तो सतत नवीन कर्मांच्या दिशेनेच धावतो. शरीर सुटल्यानंतरदेखील त्याची धावपळ सुटत नाही. उलट ही धावाधाव मनात ठेवूनच तो अन्य देह धारण करतो. परंतु त्याच्यात पूर्वीचीच विचारसरणी, धारणा कायम असते.

मृत्यूच्या वेळी तमोगुण प्रखर असेल, तर असा मनुष्य असुरी योनींमध्ये जन्म

घेतो. असुरी योनी म्हणजे मंद बुद्धीचे, आळशी आणि प्रमादी स्वभावाचे लोक, जिथे बोध प्राप्त होण्याची जराही शक्यता नसते. त्याचं जीवन जडता आणि अंधकार यांनी व्यापलेलं असतं, मृत्युसमयी तो अधिकाधिक असजग, बेपर्वा बनतो. कारण मनुष्य आयुष्यभर ज्या गोष्टी करण्यात वेळ व्यतीत करतो, त्याच मृत्युसमयी समोर येतात.

अर्जुनाने गुणातीत अवस्थेकडे मार्गक्रमण करण्यासाठी प्रवृत्त व्हावं, या उद्देशानेच श्रीकृष्ण त्याला या सर्व गोष्टी सांगत आहेत. गुणातीत अवस्था, ही अशी अवस्था आहे, जिच्यावर या तिन्ही गुणांचा प्रभाव नसतो. त्या स्थितीत तीनही गुणांचं दर्शन होऊ शकतं.

• मनन प्रश्न :

१. वेगवेगळ्या गुणांचं आधिक्य असताना जर शरीराचा मृत्यू झाला तर मनुष्य चेतनेच्या भिन्न भिन्न स्तरावर पोहोचतो, हे आपण समजून घेतलं. आता मृत्यूच्या वेळी तुमच्यात कोणता गुण प्रखर असायला हवा, याविषयी मनन करा.

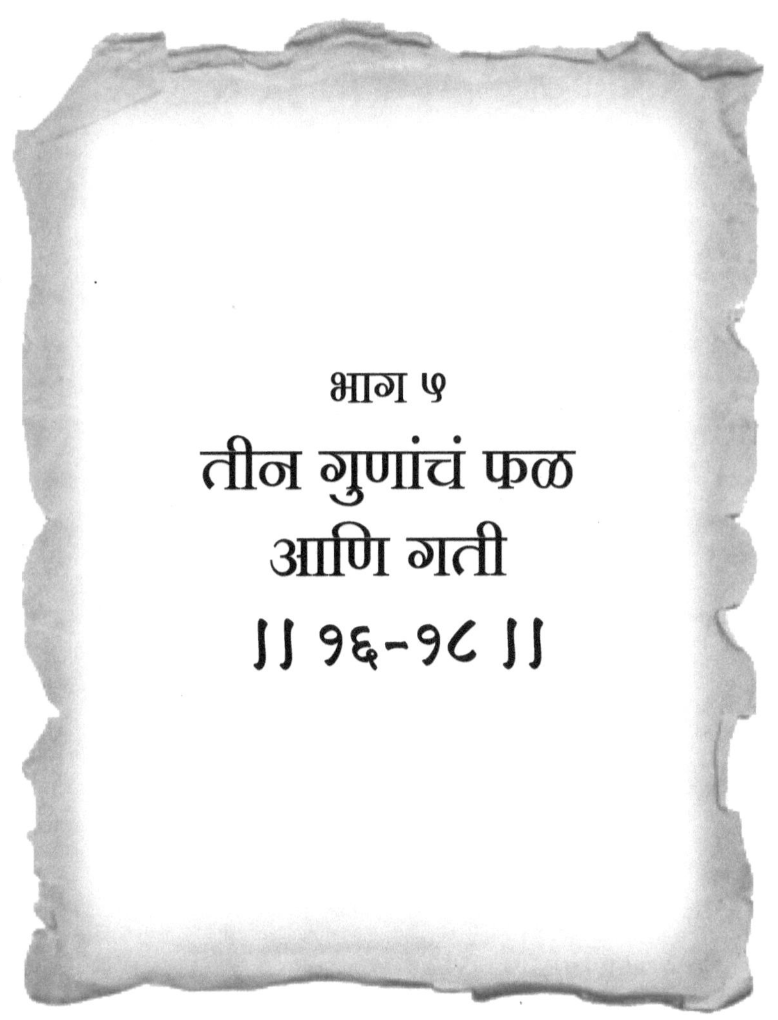

भाग ५

तीन गुणांचं फळ आणि गती

॥ १६-१८ ॥

अध्याय १४

कर्मणः सुकृतस्याहुः सात्त्विकं निर्मलं फलम्। रजसस्तु फलं दुःखमज्ञानं तमसः फलम् ।।१६ ।।

सत्त्वात्सञ्जायते ज्ञानं रजसो लोभ एव च । प्रमादमोहौ तमसो भवतोऽज्ञानमेव च ।।१७ ।।

ऊर्ध्वं गच्छन्ति सत्त्वस्था मध्ये तिष्ठन्ति राजसाः। जघन्यगुणवृत्तिस्था अधो गच्छन्ति तामसाः।।१८।।

१६

श्लोक अनुवाद : कारण- श्रेष्ठ कर्माचं फळ सात्त्विक आणि शुद्ध असतं. ते सत्त्वगुणामध्ये समाविष्ट असल्याचं सांगितलं जातं. परंतु रजोगुणामध्ये केलेल्या कर्माचं फळ म्हणजे दुःख आणि तमोगुणामध्ये केलेल्या कर्माचं फळ असतं, अज्ञान आणि मूर्खपणा॥१६॥

गीतार्थ : सात्त्विक, राजसिक आणि तामसिक कर्मांचं कोणकोणतं फळ प्राप्त होतं, हे भगवान श्रीकृष्ण अर्जुनाला सांगत आहेत. अर्जुनाला गुणातीत अवस्थेकडे आकृष्ट करण्यासाठीच हे सर्व ज्ञान ते त्याला प्रदान करत आहेत. ते सांगतात- ''चांगल्या, शुभ कर्मांचं सात्त्विक म्हणजेच उच्चकोटीचं निर्मळ फळ मिळतं. राजसिक कर्माचं फळ दुःख तर तामसिक कर्माचं फळ अज्ञान आहे.''

हे सांगण्यामागे वास्तव हेच आहे, की कर्म सात्त्विक, राजसिक अथवा तामसिक नसतं, तर त्या कर्मांचा कर्ता सात्त्विक, राजसिक वा तामसिक असतो. कर्म करणाराच्या मनात जसे भाव असतात, तसंच ते कर्मही बनतं. जसं, दोन लोक दान करतात तेव्हा पहिला या भावनेनं दान करत असतो, 'मी हे कार्य करत आहे, याने माझं नाव होईल, लोक माझ्या उदारपणाचं कौतुक करतील, मला दानशूर म्हणून ओळखतील' आणि दुसरा अकर्ता बनून लोककल्याणाच्या भावनेनं, 'माझ्याकडून दान करवून घेतलं जात आहे' या समजेसह दान करतोय. पहिलं दानकर्म राजसिक आहे, कारण ते रजोगुण प्रखर असताना केलंय. मात्र दुसरं दान सात्त्विक आहे, कारण ते सत्त्वगुणातून उपजलं आहे.

सात्त्विक कर्मांचं फळ निर्मळ असतं. निर्मळचा अर्थ आहे, मनातून विचारांचं मळभ दूर होणं. चित्त निर्मळ झाल्याने सुख, शांती आणि वैराग्य हे भाव प्रबळ होतात. त्यानंतर सर्व कर्मं ज्ञानाच्या प्रकाशात केली जातात. साहजिकच जिथे ज्ञान असेल, तिथे विवेक आपोआपच जागृत होतो आणि विवेक जागृत झाल्यानंतर मनुष्य भावनेच्या आहारी जाऊन कार्य करत नाही.

राजसिक कर्मांचं फळ दुःखाच्या रूपात मिळतं. जो आयुष्यभर भौतिक सुखांमागे धावतो, स्वाभाविकपणे शेवटी त्याला दुःखच मिळेल. तुम्ही सिकंदराच्या

कथेत वाचलं असेल, की मृत्युसमयी सिकंदर आपले रिकामे हात पाहून रडत म्हणाला, 'मी जसा रिकाम्या हाताने या जगात आलो होतो, तसाच रिकाम्या हाताने परत जात आहे. आयुष्यभर मी सुख गोळा करत राहिलो, परंतु शेवटी असंतुष्ट भावनेनेच जात आहे.' ही बाब सर्वांना समजायला हवी.

अशा प्रकारे सुखाच्या इच्छेला कोणताही अंत नाही. एक इच्छा पूर्ण होते न होते, तोच आणखी चार इच्छा डोकं वर काढतात. त्यामुळे कारणांमागे सुख शोधणारा शेवटी दुःखी राहूनच मरतो.

पुढे श्रीकृष्ण सांगतात, ''तामसिक कर्मांचं फळ अज्ञानाच्या रूपात मिळतं. शरीरात सुस्ती आणि प्रमाद असल्याने मनुष्य करण्यायोग्य कार्य टाळत राहतो. जसं, एखाद्या मनुष्याला शारीरिक आरोग्य चांगलं राखण्यासाठी काही उपयुक्त माहिती मिळाली, एखाद्या आध्यात्मिक शिबिराची माहिती मिळाली, एखादी परीक्षा देण्यासाठी मार्गदर्शन मिळालं. परंतु तमोगुणामुळे त्या माहितीचा त्याने कोणताही लाभ घेतला नाही. अशा वेळी केवळ अज्ञानच त्याच्यासोबत राहतं. तो ज्ञानप्राप्तीची संधी गमावतो. ही सवय आध्यात्मिक प्रगतीत बाधा निर्माण करते.''

या सूत्रांच्या माध्यमातून हे सांगितलं जातंय, की सत्य तर आपल्या डोळ्यांसमोर आहे, परंतु आपण ते पाहायचं नाकारतो. कारण कर्म करण्यासाठी तर आपण स्वतंत्र आहोत, मात्र त्याचे परिणाम निवडण्यासाठी परतंत्र आहोत. जो जसं कर्म करतो, त्यानुसार फळ मिळण्याची व्यवस्था निसर्गाने करून ठेवली आहे. ज्ञान आणि प्रकाश यांना शरण जाणं, समर्पित होणं ही गुणातीत अवस्था आहे, हाच शाश्वत नियम आहे.

१७

श्लोक अनुवाद : तसंच– सत्त्वगुणापासून ज्ञान उत्पन्न होतं आणि रजोगुणाने

निःसंदेह लोभ उत्पन्न होतो. तर तमोगुणापासून प्रमाद, मोह आणि अज्ञान उत्पन्न होतं॥१७॥

गीतार्थ : आतापर्यंत तीनही गुणांचं जे ज्ञान श्रीकृष्णांनी अर्जुनाला दिलं, त्याची संक्षिप्त स्वरूपात पुन्हा उजळणी करताना ते सांगतात- सत्त्वगुणाने ज्ञान, रजोगुणाने लोभ आणि तमोगुणाने मोह व प्रमाद उत्पन्न होतो.

जे कर्म अनासक्त भावनेनं केलं जातं, जिथे कर्तेपणाचा अधिकारभाव नसतो, तिथेच सत्त्वगुण बहरतो. जसं, कोणतंही फूल असा विचार करून उमलत नाही, की 'कोणी माझी प्रशंसा करावी', सूर्य असा विचार करून प्रकाश देत नाही, की 'सर्वांनी मला धन्यवाद द्यावेत', ढग कधी असा विचार करून कोसळत नाहीत, की 'जर मी लोकांची तहान भागवली, तर लोक माझी पूजा करतील.' या सर्वांची उपस्थितीच त्यांच्या अस्तित्वाचा पुरावा आहे. अशा प्रकारे सात्त्विक कर्मदेखील अहंकार पुष्ट करण्यासाठी केलं जात नाही, तर ती केवळ सात्त्विक भावनेची अभिव्यक्ती असते. मनात सात्त्विक भाव नसतो, तेव्हा रज आणि तम वाढू लागतात.

मनुष्य देह रज, तम आणि सत्त्व गुणांनी नियंत्रित होतो, हे आतापर्यंत आपण जाणलं. जसे या तीनही गुणांचे आपापले परिणाम आहेत, तसे गुण-दोषही आहेत. तीनही गुण आपल्याला बंधनात जखडून टाकतात. यासाठी तीन गुणांपलीकडे असलेली गुणातीत अवस्था प्राप्त करणं, हेच आपलं लक्ष्य असायला हवं.

सत्त्वगुण रेशमी धाग्याने बांधला गेल्याने तो ढील देत राहतो. त्यामुळे सत्त्वगुणी मनुष्याला हलकं-फुलकं वाटतं, परंतु एक नाजूक बंधन त्यालादेखील बांधून ठेवतं. सर्व शुभ कार्यं करूनही कर्तेपणाचा सूक्ष्म भाव त्याला बंधनात जखडू शकतो.

रजोगुण मांजाने बांधलेला आहे. चंचलतेमुळे हा गुण कर्म करण्याचा आनंद तर देतो, परंतु कर्माची गुणवत्ता त्याचं बंधन निश्चित करते. निष्काम कर्म,

बंधनातून मुक्त करतं, तर सकाम कर्म बंधन आणखी घट्ट करतं. अशा प्रकारे रजोगुण मनुष्याला ढील तर देत राहतो, परंतु त्याची पकड मात्र मजबूत असते.

तमोगुण तर धाग्याच्या खाली असल्याने त्याला बांधण्याचीही गरज नसते. तमोगुणी मनुष्याला वाटतं, 'माझ्यावर धागा असून मी बांधला गेलो आहे.' वास्तविक तो बांधला गेलेला नसतो. 'मी तर काहीच करू शकत नाही.' या भ्रमात तो जगत राहतो.

हे तिन्ही गुण सर्वांना कार्यरत ठेवतात. काही साधक ही गोष्ट जाणतात, परंतु बहुसंख्य लोकांना हे गुण भरकटून टाकतात. विशेषतः सत्त्वगुणी मनुष्य हे कधी जाणूच शकत नाही. कारण तो त्याच्या कर्तृत्वाच्या अभिमानात मश्गूल असतो. खरंतर त्याने जागृत होण्याची आवश्यकता असते.

यासाठीच तुम्ही तीन प्रकारे तुमचं लक्ष्य निर्धारित करायचं आहे.

१. किमान तमोगुणातून तरी मुक्त होणं हे तुमचं लक्ष्य असायला हवं. तुमच्या जीवनात जो तम पसरला आहे, तो कमी व्हावा. तुम्ही सुस्तीपासून मुक्त व्हावं.

२. सत्त्वगुणाशी युक्ती, हे तुमचं मध्यम लक्ष्य असायला हवं. रजोगुण आणि तमोगुण यांना दडपून सत्त्वगुणाला वर आणायला हवं.

३. गुणातीत होणं, हे तुमचं सर्वोच्च उद्दिष्ट असायला हवं. स्वतःला तीनही गुणांच्या परिणामांपासून मुक्त करून त्यांना आवश्यकतेनुसार कार्यरत ठेवा.

सुस्तीतून मुक्त होण्याचं उद्दिष्ट पूर्ण करण्यासाठी हेतुपुरस्सर शरीराकडून काम करून घ्यायला हवं. प्रत्येक कार्य ठरावीक वेळेत पूर्ण करण्याची सवय लावून जीवन अनुशासित करा.

जिथे तमोगुणाची काही भूमिका आहे, त्याच क्रियांमध्ये तमोगुणाला कार्यरत ठेवा. तुम्हाला ध्यानात बसवणं, गाढ निद्रा देणं हे तमोगुणाचं काम

आहे. जसं, एखाद्या पदार्थात आवश्यकता असेल तितकंच मीठ टाकलं जातं. कारण जास्त मीठ आरोग्यासाठी हानिकारक ठरतं. त्याचप्रमाणे तमोगुणदेखील आवश्यक तितकाच असावा, जास्त असू नये.

सत्त्वगुणी मनुष्य ज्ञाननिष्ठ विधानं खूप करतो, त्याच्याकडे प्रत्येक प्रश्नाचं बौद्धिक उत्तर असतं. परंतु प्रत्यक्ष आचरणात मात्र तो कच्चा असतो. ज्ञानाची चर्चा तशी वाईट नाही, परंतु काही लोक केवळ चर्चाच करत राहतात. ध्यान करण्याकडे त्यांचं लक्षच नसतं. याचाच अर्थ, सत्त्वगुणाच्या प्रभावाखाली ते कार्यरत आहेत. ते जर काही वेळ ध्यानात बसले असते, तर सत्त्वगुणाच्याही पलीकडे गेले असते. यासाठी सत्त्वगुणी बनण्याचं उद्दिष्ट निश्चित करा. त्याचबरोबर हे सर्वोच्च उद्दिष्ट नाही, याचंही भान ठेवा. आपल्याला त्याच्याही पलीकडे म्हणजे गुणातीत अवस्थेत पोहोचायचं आहे.

१८

श्लोक अनुवाद : यासाठी– सत्त्वगुणात स्थित असलेले पुरुष उच्च लोकात जातात. रजोगुणात स्थित राजस पुरुष मध्यात अर्थात मनुष्य लोकातच राहतात. तमोगुणी कार्याच्या रूपात निद्रा, प्रमाद आणि आळस इत्यादींमध्ये स्थित असलेले तामस पुरुष अधोगतीला अर्थात कीटक, पशू इत्यादी नीच योनींमध्ये जातात, नरक प्राप्त करतात।।१८।।

गीतार्थ : रज, तम, सत्त्व या तीनही गुणांचं स्वरूप, कार्य, ज्ञान इत्यादींचं वर्णन केल्यानंतर अर्जुनाने निराशेच्या (रज व तम) गर्तेतून बाहेर येऊन सत्त्वगुणाला प्राधान्य द्यावं, यासाठी श्रीकृष्ण अर्जुनाला या श्लोकात तीन गुणांच्या गतीचा खुलासा करतात.

चला तर, या गुणांमध्ये स्थित झालेल्या मनुष्याची गती परस्परांपेक्षा भिन्न कशी असते, हे जाणू या. जे लोक सर्वांप्रति करुणाभाव ठेवतात, सात्त्विक आचरणावर विश्वास ठेवून सत्कार्य करतात, त्यांना उच्च लोकात

अर्थात स्वर्गात, देवलोकात राहण्याचा अधिकार प्राप्त होतो. रजोगुणात स्थित असलेला मनुष्य मनुष्यलोकातच वास्तव्य करतो. कारण त्याच्या मनातील महत्त्वाकांक्षा त्याला धावत राहायला भाग पाडतात. अशाच प्रकारे तमोगुणात स्थित मनुष्य, संकुचित मानसिकता असणाऱ्या अधम योनींमध्ये जातात. जसं- किडे, पशु-पक्षी इत्यादी बनतात. या तीनही स्थिती मनाच्या आहेत, हे लक्षात ठेवा. स्वर्ग आणि नरक हे काही भौगोलिक स्थान नव्हे, तर त्या मनुष्याच्या अंतःकरणाच्या स्थिती आहेत. ही स्थिती अशा कर्मांच्या आधारे निर्माण होते, जी कर्मं मनुष्य वर्तमानात करतो.

देवता किंवा असुर होणं हे मनुष्याच्या वंशावर नव्हे, तर त्याच्या मनःस्थितीच्या आधारे निश्चित होत असतं. राजा बळी आणि भक्त प्रल्हाद राक्षस कुलातील असूनही त्यांना देवताच संबोधलं गेलंय. परंतु रावणाचा जन्म ऋषिकुलात होऊनही तो राक्षस समजला गेला. मनुष्याच्या अंतःकरणातील उदारतेवर या गोष्टी अवलंबून असतात. ज्यांच्या अंतःकरणात दया, करुणा आणि दातृत्व हे भाव असतात, ते देवता आणि ज्यांच्या अंतःकरणात क्षुद्र, तुच्छ भाव असतात, ते असुर असतात. यासाठी आपली मनःस्थिती विकसित करून मनुष्य उच्च चेतनेकडे धाव घेऊ शकतो.

या तीन अवस्था मनुष्याच्या विकासाच्या मार्गातील तीन पायऱ्या आहेत. सर्वांत निम्न पातळीची चेतना, मध्यम चेतना आणि उच्च चेतना. जगात राहून मनुष्याद्वारे अनुभवलं गेलेलं प्रेम, आनंद आणि मौन यांचं प्रमाण, हाच इथे विकासाचा मापदंड असतो. या दृष्टिकोनातून दगडाचा विकास शून्य मानला जातो तर झाडं-झुडपं, पशु-पक्षी, मनुष्य-देवता यांना चढता क्रम दिला जाऊ शकतो.

उदाहरणार्थ, एक इमारत आहे. त्या इमारतीच्या गच्चीवर पोहोचणं हे तुमचं उद्दिष्ट आहे. गच्चीवर पोहोचण्यासाठी जे जिने आहेत, त्यांना दोन भागांमध्ये विभाजित केलं आहे. पहिल्या भागातील काही जिने चढून

गेल्यानंतर एक चौकोनी सपाट स्थान येतं. तिथे फिरून पुढचे जिने चढावे लागतात. जे लोक खाली उभे असतात, ते विकासाच्या अतिशय खालच्या स्तरावर आहेत. जे मध्यभागी आहेत, ते विकासाच्या उच्च स्थितीत आहेत. शिवाय मध्यभागी असलेल्या या मनुष्याला वर किंवा खाली जाण्याची मुभा आहे. जिन्याच्या दुसऱ्या विभागात जे वर चढत आहेत, ते उच्चतम अवस्थेत आहेत. मात्र या तिघांपैकी अद्याप कोणीही गच्चीवर पोहोचलेलं नाही.

चेतनेचे तीन स्तर कशा प्रकारे विभाजित केले गेले आहेत, हे या उपमेवरून तुम्हाला समजलं असेलच. आता तुम्हाला कुठे जायचं आहे, याची निवड तुम्हीच करायची आहे. त्यानुसार तुम्हाला सत, रज किंवा तम यांना प्रोत्साहन द्यावं लागेल.

● **मनन प्रश्न :**

१. तुम्हाला तुमच्यात कोणते गुण विकसित करायचे आहेत, हे निश्चित करा.

२. सुस्तीतून मुक्त होण्यासाठी दररोज अठरा कामं करा. एखादं छोटं तर एखादं मोठं. असं केल्याने तुमची सुस्ती पळून जाईल. त्यानंतर ही अठरा कामं कोणतीही इच्छा न बाळगता करा. याद्वारे तुम्ही रजोगुणातून सत्त्वगुणाकडे प्रयाण करू शकाल. त्यानंतर हीच अठरा कामं समभावासह, स्वभावात राहून करा. याद्वारे तुमचा गुणातीत अवस्थेत पोहोचण्याचा सरावही होईल.

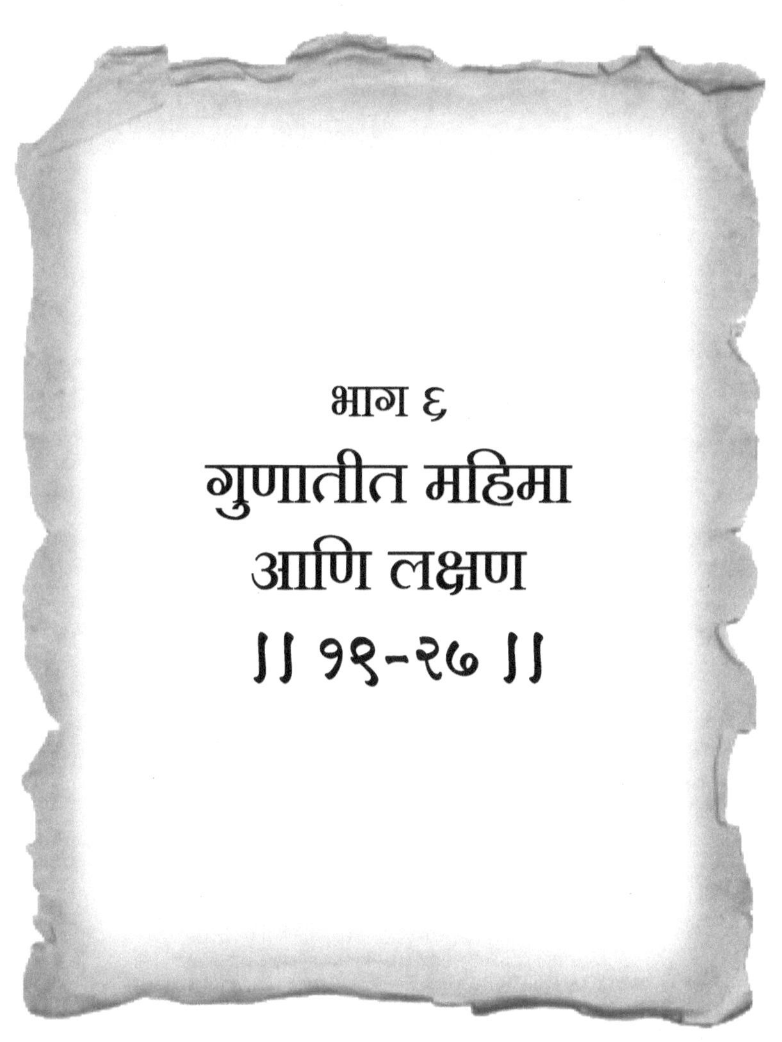

भाग ६

गुणातीत महिमा आणि लक्षण

॥ १९-२७ ॥

अध्याय १४

नान्यं गुणेभ्यः कर्तारं यदा द्रष्टानुपश्यति । गुणेभ्यश्च परं वेत्ति मद्भावं सोऽधिगच्छति।।१९ ।।

गुणानेतानतीत्य त्रीन्देही देहसमुद्भवान्। जन्ममृत्युजरादुःखैर्विमुक्तोऽमृतमश्नुते ।।२०।।

कैर्लिङ्गैस्त्रीन्गुणानेतानतीतो भवति प्रभो । किमाचारः कथं चैतांस्त्रीन्गुणानतिवर्तते।।२१ ।।

प्रकाशं च प्रवृत्तिं च मोहमेव च पाण्डव । न द्वेष्टि सम्प्रवृत्तानि न निवृत्तानि काङ्क्षति।।२२ ।।

उदासीनवदासीनो गुणैर्यो न विचाल्यते । गुणा वर्तन्त इत्येव योऽवतिष्ठति नेङ्गते।।२३ ।।

समदुःखसुखः स्वस्थः समलोष्टाश्मकाञ्चनः । तुल्यप्रियाप्रियो धीरस्तुल्यनिन्दात्मसंस्तुतिः।।२४ ।।

मानापमानयोस्तुल्यस्तुल्यो मित्रारिपक्षयोः । सर्वारम्भपरित्यागी गुणातीतः सा उच्यते ।।२५ ।।

मां च योऽव्यभिचारेण भक्तियोगेन सेवते । स गुणान्समतीत्येतान्ब्रह्मभूयाय कल्पते ।।२६ ।।

ब्रह्मणो हि प्रतिष्ठाहममृतस्याव्ययस्य च । शाश्वतस्य च धर्मस्य सुखस्यैकान्तिकस्य च ।।२७ ।।

१९

श्लोक अनुवाद : आणि हे अर्जुना! द्रष्टा जेव्हा तीन गुणांशिवाय अन्य कुणालाही कर्ता मानत नाही आणि मला म्हणजेच तिन्ही गुणांच्या पलीकडे असणाऱ्या सच्चिदानन्दघनस्वरूप परमात्म्याला तत्त्वाने जाणतो, तेव्हा तो माझ्या स्वरूपाला प्राप्त होतो।।१९।।

गीतार्थ : मनुष्याच्या अज्ञानी अवस्थेपासून ते त्याच्या विलक्षण अवस्थेपर्यंतचं वर्णन या श्लोकात केलं आहे. अज्ञानवश मनुष्य स्वतःला शरीर समजूनच कर्ता व भोक्ता बनतो. कर्म आणि त्याच्या फळाविषयी स्वतःला जबाबदार धरतो. परंतु ज्ञानयुक्त विवेक प्राप्त करून तो स्वतःच द्रष्टा आहे, हे जाणू लागतो.

गुणांशिवाय अन्य कोणीही कर्ता नाही. सर्व क्रिया गुणांद्वारेच संचलित होत असून क्रियांमध्ये जे काही परिवर्तन घडतंय, ते गुणांमुळेच, हे तो योग्य प्रकारे जाणतो. हे गुण ज्या तत्त्वापासून प्रकाशित होतात, तो त्या गुणांच्या पलीकडे आहे. त्यामुळे तो गुणांशी लिप्त होत नाही. या तिन्ही गुणांचा त्याच्यावर कोणताही परिणाम होत नाही. कारण गुण परिवर्तनशील आहेत आणि 'स्व'मध्ये तर कधीही परिवर्तन होत नाही, हे तो जाणत असतो.

पुढे श्रीकृष्ण सांगतात, ''गुणांसोबत त्यांचा कधीही संबंध नव्हता, ना आहे, ना पुढे असेल. हे जो साधक जाणतो, तो माझ्या स्वरूपाला प्राप्त होतो. आधी अज्ञानवश त्याचा गुणांशी संबंध आहे, असं तो मानत होता. परंतु त्यानंतर त्याची ही धारणा नष्ट होते.''

प्रवासी जोपर्यंत ट्रेनमध्ये बसलेला असतो, तोपर्यंत ट्रेनची गती ही त्याची गती असते. परंतु ट्रेनमधून स्टेशनवर उतरताच तो स्थिर होतो. मात्र, ट्रेन तरीही गतिमानच असते. अशाच प्रकारे मनुष्य जोपर्यंत शरीर आणि त्याच्याशी निगडित बिरुदांना 'मी' मानून जगतो, तोपर्यंत तो विकारांपासून उत्पन्न झालेल्या दुःखाला स्वतःचंच दुःख समजतो. परंतु त्याला स्वतःच्या मूळ स्वरूपाचा परिचय होताच, तो स्टेशनवर उतरतो. मग दुःख आणि बंधन असूनही, ते त्याचं राहत नाही. जीवनाची ट्रेन चालतच राहते, मनाचे खेळही सुरू असतात, परंतु आता त्याचा

कोणत्याही गोष्टीवर आक्षेप नसतो. हीच आहे गुणातीत अवस्था! जिथे गुणातीत अवस्था प्रकट झालेली असते, त्या शरीरात तम, रज, सत्त्व हे तीन गुण कार्यरत असतात. परंतु तो हे सर्व क्षेत्रज्ञ अवस्थेतून पाहत असतो...

तो पाहतो, आता सत्त्वगुण प्रखर झालाय... मात्र काही वेळाने त्याच्या लक्षात येतं सत्त्वगुण नाहीसा झालाय... पण सत्त्वगुण प्रबळ झाल्याने तो आनंदी ही होत नाही आणि माझ्यात सत्त्वगुण आलाय अशी घोषणाही करत नाही... आणि समजा सत्त्वगुण गेला तर दुःखीही होत नाही. सत्त्वगुण का चाललाय... त्याने जायला नको... पुन्हा कधी परत येईल...? शिवाय तो गेल्यानंतर जर लवकर परत आला नाही तर तो का येत नाही म्हणून क्रोधितही होत नाही... तो तीनही शक्यता पडताळतो. सत्त्वगुण आला आहे... सत्त्वगुण जात आहे... सत्त्वगुण परत येण्यासाठी विलंब होतोय, ठीक आहे...

तम आणि रज अर्थात, अज्ञान जेव्हा डोकं वर काढतं, तेव्हा ते विलीन होण्यासाठीच वर आले आहेत, हे तो योग्य प्रकारे जाणतो. अशा वेळी तो आनंदाने बेहोशही होत नाही आणि दुःखद गीतही गात बसत नाही. हे गुण पुन्हा येतील... परत जातील... कदाचित परत येण्यासाठी वेळही लागू शकतो... अशा प्रकारे तो कोणत्याही प्रकारचा राग-द्वेष बाळगत नाही, त्याची आतुरतेने प्रतीक्षाही करत नाही आणि दुःखीही होत नाही. तो केवळ समभाव बाळगून सर्व खेळ पाहत असतो, अवलोकन करतो. ही आहे गुणातीत अवस्था!

श्रीकृष्ण सांगतात, ''असा विवेकी मनुष्य माझ्या स्वरूपाला प्राप्त होतो.''

२०

श्लोक अनुवाद : आणि हा पुरुष शरीराच्या उत्पत्तीसाठी कारणरूप, या तीन गुणांचं उल्लंघन करून जन्म, मृत्यू, वृद्धावस्था आणि सर्व प्रकारच्या

दुःखांपासून मुक्त असलेला परमानंद प्राप्त करतो॥२०॥

गीतार्थ : मानवी शरीराच्या उत्पत्तीसाठी हे तीन गुण निमित्त बनतात, हा उपदेश श्रीकृष्ण अर्जुनाला करत आहेत. हे तीनही गुण पार केल्यानंतरच मनुष्य जन्म, मृत्यू, वृद्धत्व आणि आजार यांच्या त्रासातून मुक्त होतो.

रणरणत्या उन्हात उभ्या असलेल्या मनुष्याला सूर्याच्या प्रखर उष्णतेचा त्रास सहन करावा लागतो आणि कडकडीत थंडी असताना मनुष्य गारठतो, म्हणून त्याला घरात बसावं लागतं. मात्र या दोघांनीही जर आपलं स्थान बदललं, तर उन्हात असलेला मनुष्य घराच्या सावलीत उभा राहिला आणि थंडीने गारठलेला उन्हात उभा राहिला, तर दोघंही तत्काळ स्वतःच्या त्रासातून मुक्त होतील.

अशाच प्रकारे मनुष्यदेखील त्याचं जीवन कार्यान्वित करणाऱ्या तिन्ही गुणांसोबत तादात्म्य पावून बंधन आणि दुःख भोगतो. मात्र मनुष्याने जर त्याचं स्थान बदललं, तिन्ही गुणांपासून अलिप्त होऊन, त्यांच्याशी असलेलं तादात्म्य सोडून तो 'स्व'स्वरूपाकडे वळला तर सर्व प्रापंचिक दुःखांपासून तो मुक्त होऊ शकतो. कारण गुणातीत अवस्थेत त्रासाचं, दुःखाचं काही अस्तित्वच नसतं.

ही संपूर्ण सृष्टी म्हणजे माया आणि मायापती यांचा खेळ आहे. माया शक्ती आहे आणि मायापती तिचा स्वामी. मायेच्या शक्तीत हे तीन गुण बीजरूपात राहतात. या तीन गुणांच्या मिश्रणातून ब्रह्मांडातील सर्व पदार्थ तयार होतात. मन, बुद्धी, अहंकार, पाच ज्ञानेंद्रियं, पाच कर्मेंद्रियं, पंचमहाभूतं, पाच इंद्रियांचे विषय अशा प्रकारे २३ तत्त्वांनी बनलेलं स्थूल शरीर निसर्गाकडून उत्पन्न होणाऱ्या या तीन गुणांच्या मिश्रणातूनच बनलं आहे.

या तीन गुणांचे गुण व अवगुण जाणून सत्त्वगुण प्रबळ करूनच या गुणांचं उल्लंघन केलं जाऊ शकतं. असं केल्यानंतरच या तीनही गुणांपासून

आपण वेगळे आहोत, याची अनुभूती येऊ शकते. वेगळेपणाची ही जाणीवच मनुष्याला जन्म, मृत्यू, वृद्धावस्था, रोग इत्यादी दुःखातून मुक्त करते आणि हा अनुभव म्हणजेच मोक्ष! मोक्ष एखादी बाहेरून प्राप्त करण्याची वस्तू नसून तो आधीपासूनच उपलब्ध आहे.

आपण बालपणी जसे होतो, तसेच आतादेखील आहोत, तर निश्चितच जीवनाच्या अखेरपर्यंतही तसेच राहू शकतो. इतकंच नव्हे, तर आपण जरी शरीर सोडून गेलो तरी सदैव मुक्तच आहोत. केवळ बंधनाची धारणा नष्ट व्हायला हवी. आपल्याला एवढंच करायचं आहे, बस्स...

गुणातीत मनुष्य दुःखांतून मुक्त होऊन परमानंदाची अवस्था प्राप्त करतो, हे ऐकून अर्जुनाच्या मनात गुणातीत मनुष्याची लक्षणं जाणण्याची जिज्ञासा निर्माण झाली. म्हणून तो उत्सुकतेवश पुढील श्लोकांच्या रूपात भगवान श्रीकृष्णांना प्रश्न विचारतो.

२१

श्लोक अनुवाद : अर्जुन विचारतो, ''हे पुरुषोत्तम!- या तीनही गुणांच्या पलीकडे गेलेला पुरुष कोणकोणत्या लक्षणांनी युक्त असतो आणि त्याचं आचरण कोणत्या प्रकारचं असतं, आणि हे प्रभू! मनुष्य कोणत्या उपायांनी या तिन्ही गुणांच्या पलीकडे जातो''॥२१॥

गीतार्थ : भगवान श्रीकृष्णांकडून गुणातीत अवस्था प्राप्त करण्याचा उपदेश ऐकून अर्जुन इथे श्रीकृष्णांना प्रश्न विचारतो- ''हे पुरुषोत्तम, मी हे जाणू इच्छितो, की जो या तिन्ही गुणांपलीकडे जातो, अशा मनुष्यात कोणती लक्षणं दिसून येतात? गुणातीत मनुष्याच्या चेतनेच्या स्तरात अशी कोणती विशेष बाब दिसून येते, ज्याद्वारे हे समजू शकेल, की तो गुणातीत आहे? गुणातीत मनुष्याचं आचरण कसं असतं? त्याची दिनचर्या सामान्य माणसासारखीच असते का? त्याचं खाणं-पिणं, राहणीमान, बसणं-उठणं

यांमध्ये सामान्य माणसापेक्षा कोणता वेगळेपणा असतो? या तीन गुणांच्या पलीकडे जाण्यासाठी कोणते उपाय आहेत? अर्थात कोणते उपाय केल्याने मनुष्य गुणातीत बनू शकतो?''

२२

श्लोक अनुवाद : भगवान श्रीकृष्ण म्हणाले, ''हे अर्जुना! जो पुरुष सत्त्वगुणाच्या कार्यरूप प्रकाशाला, रजोगुणाच्या कार्यरूप प्रवृत्तीला आणि तमोगुणाच्या कार्यरूप मोहाला प्रवृत्त झाल्यानंतर त्यांचा द्वेषही करत नाही व निवृत्त झल्यावर त्यांची आकांक्षाही करत नाही''॥२२॥

गीतार्थ : मागील श्लोकात विचारलेल्या प्रश्नांच्या उत्तरार्थ भगवान श्रीकृष्ण सर्वप्रथम त्रिगुणातीत मनुष्याची लक्षणं विशद करत आहेत, 'हे पांडव, त्रिगुणातीत मनुष्य प्रकाश (ज्ञान), प्रवृत्ती (कार्याची प्रेरणा) आणि मोह उत्पन्न झाल्यानंतरही त्यांचा द्वेष करत नाही. नष्ट झाल्यानंतरही त्यांची आकांक्षा करत नाही.' चला तर ही बाब सखोलपणे जाणून घेऊ या.

सत्त्व, रज, तम या तीन गुणांच्या प्रभावाने प्रकट होतात- प्रकाश, प्रवृत्ती आणि मोह. सत्त्वगुण जेव्हा वर येतो, तेव्हा मनुष्यात लोककल्याणाची भावना जागृत होते. परिणामी त्याच्यात दान, दया, क्षमा, प्रेम इत्यादी भाव प्रखर बनतात. तो सुख व शांती यांचा अनुभव घेतो. मग हळूहळू त्याला या सुखाची आवड निर्माण होते. मनात सत्त्वगुण कमी झाल्यानंतर तो पुन्हा प्राप्त करण्यासाठी मनुष्य बेचैन होतो. सत्त्वगुण प्राप्त झाल्यानंतर जो हवेतही उडत नाही आणि सत्त्वगुण नसल्यानंतर तो जमिनीवर येत नाही, निराश होत नाही. ही आहे गुणातीत अवस्था.

मनुष्याच्या शरीरात रजोगुण वाढल्यानंतर त्याच्यात कर्माचे अंकुर फुटू लागतात. शरीर चपळ-स्वस्थ बनून कित्येक कर्मांशी संलग्न होतं. खेळ, विज्ञान, गायन, चित्रकला इत्यादी क्षेत्रांमध्ये कितीतरी विक्रम नोंदवतो,

अनेक चषक जिंकतो. त्यानंतर तो या पुरस्कारांच्या आधीन होतो. पुरस्कार मिळाल्याने उत्साही आणि न मिळाल्याने निरुत्साही बनतो. मनुष्याला जेव्हा त्याने जे प्राप्त केलंय त्याविषयी अभिमान नसतो किंवा कर्म निष्फळ ठरल्यानंतर कोणतंही दुःख नसतं. उलट त्याच्या शरीरातील रजोगुणाचं आधिक्यच त्याच्याकडून सर्व कर्मं करवून घेत आहे याचं त्याला भान असतं, तेव्हा तिथे गुणातीत अवस्था कार्यरत आहे, असं समजायला हवं.

अशाच प्रकारे तमोगुणाचं आधिक्य मनुष्याचं शरीर आळस आणि सुस्ती यांनी भरून टाकतं. त्यावेळी त्याच्याकडून कोणतंही काम योग्य प्रकारे होत नाही. परिणामी तो क्रोध, ईर्षा, चिडचिडेपणा इत्यादी विकारांनी ग्रस्त होतो. मात्र त्याला स्वतःलाच त्याची ही अवस्था आवडत नाही, तो तिचा द्वेष करतो. 'माझ्यात कधी उत्साह संचारेल आणि मी काम करण्यासाठी तयार होईन,' याची तो वाट पाहतो. आता तो रजोगुणाच्याही पुढे जाण्याची प्रतीक्षा करतो. तमोगुणाची वृद्धी झाल्यानंतरही मनुष्य मोहाच्या जाळ्यात गुरफटत नाही, मनात ज्ञानाच्या अभावाचा खेद करत नाही, तेव्हा तो गुणातीत अवस्थेत स्थिर आहे, असं समजायला हवं.

गुणातीत अवस्था ही मनुष्याच्या सुख-शांतीच्या प्रवृत्ती अथवा निवृत्तीवर अवलंबून नसते. एखाद्या कोट्यधीश मनुष्याला दोन हजार रुपयाची नोट सापडली तरी त्याने काहीच फरक पडत नाही. कदाचित तो खाली पडलेली दोन हजार रुपयाची नोट उचलूनही घेऊ शकतो. परंतु त्याला या गोष्टीने विशेष आनंद होत नाही. मात्र एखाद्या गरीब माणसाला जर ही नोट सापडली तर तो आनंदाने बेभान होईल.

अगदी अशाच प्रकारे सुख आणि दुःख यांकडे साक्षी भावाने पाहण्याचा अभ्यास करणारा लहानसहान घटनांनी विचलित होत नाही. कारण तो साक्षीत्वाचा स्वामी असतो. त्याने बराच काळ तटस्थ राहण्याचा अभ्यास केलेला असतो. परंतु जो चंचलतेचा धनी आहे, तो सुख-दुःखाच्या

लाटांवर हिंदोळे घेत असतो. यासाठीच सुख-दुःखाशी असलेलं तादात्म्य त्यागून स्वानुभवात रममाण झालेला योगीच त्रिगुणातीत वा मुक्त समजला जातो.

२३

श्लोक अनुवाद : आणि जो साक्षीत्वात स्थित होऊन गुणांद्वारे विचलित होऊ शकत नाही. शिवाय गुणच गुणांचा उपयोग करतात, असं समजून जो परमात्म्याशी एकरूप होऊन स्थित राहतो, तसंच त्या स्थितीतून तो कधीही विचलित होत नाही।।२३।।

गीतार्थ : श्रीकृष्ण गुणातीत मनुष्याची लक्षणं आणि आचरणाचं वर्णन करत पुढे सांगतात-त्रिगुणातीत मनुष्य उदासीन असतो. साधारणपणे उदासीन या शब्दाचा अर्थ असा घेतला जातो, की जो एकाकी राहतो, इतरांमध्ये मिसळत नाही, सात्त्विक कर्मही करत नाही, केवळ निष्क्रिय राहतो. परंतु इथे श्रीकृष्ण उदासीनचा वेगळा अर्थ सांगत आहेत. उदासीनचा अर्थ आहे, सत्कर्म (लोककल्याणाचं कार्य) करतानादेखील सर्वांपासून अलिप्त राहणं. काहीही न करणाऱ्या मनुष्याला अलिप्त म्हटलं जातं. लिप्त होण्याची परिस्थिती समोर येऊनही जो लिप्त होत नाही, तो अलिप्त!

मनुष्याच्या हातात अधिकार येत नाहीत, तोपर्यंत त्याच्यात कुणाविषयी ही वैरभाव नसतो. मनुष्य जेव्हा गरीब असतो, तेव्हा कदाचित तो संतुष्टपूर्ण जीवन जगत असेल; प्रलोभनांपासून दूर असेल, भ्रष्टाचारापासून दूर असेल. मात्र, त्याला कधी कधी स्वतःमध्ये असलेले काही सद्गुण दर्शवायचे असतात. पण हा त्याचा नाइलाज ही असू शकतो. या आधारेच आपण कित्येक लोकांना ते सर्वगुण संपन्न आहेत, असं समजतो. परंतु ते केवळ दिखाऊ सत्य असतं. घटनांमध्येच त्यांच्या गुणांची पारख होऊ शकते.

मनुष्याची खरी परीक्षा जंगलात किंवा गुहेत नव्हे, तर जगामध्येच

होते. संसारात त्याला अनेक लोकांकडून आणि प्रसंगांमधून दुःख मिळतं. म्हणून कठीण परिस्थितीतच त्याचा खरा स्वभाव प्रकट होतो.

एखाद्या चित्रपटाचा अंत सुखद वा दुःखद झाला तरी आपण अजिबात विचलित होत नाही. कारण हे वास्तव नसून केवळ आपल्या मनोरंजनासाठी सर्व चाललंय, हे आपल्याला माहीत असतं. अशाच प्रकारे गुणातीत मनुष्य जगातील सर्व शुभ-अशुभ अनुभवांमध्ये उदासीन राहतो. कारण जे काही घडत आहे, ते त्याच्यासोबत नव्हे, तर त्याच्यासाठी होत आहे; हे त्याला माहीत असतं. याचाच अर्थ, आपण आपल्या आजूबाजूला घडणाऱ्या घटनांशी कोणताही संबंध ठेवायचा नाही, असं नव्हे. त्यांच्यात राहूनही राहायचं नाही आणि न राहूनही राहायचं आहे, हा श्रीकृष्णांचा उपदेश आहे.

गुणातीत मनुष्याच्या अंतर्बाह्य जगतात घडणारं परिवर्तन केवळ गुणांमुळे होतं, हे तो योग्य प्रकारे जाणत असतो. त्यामुळे तो परिवर्तनातदेखील विचलित होत नाही. सत्त्वगुण आणि रजोगुण त्याच्याकडून उत्तम कर्मं करवून घेतात, तेव्हा त्याची प्रशंसा होते आणि जेव्हा तमोगुणाचं आधिक्य त्याला काम करण्यापासून परावृत्त करतं, तेव्हा त्याला शिव्या मिळतात. अशा वेळी आपल्या स्वस्वरूपात स्थिर राहून तो गुणांचा खेळ पाहत सर्व स्थितीत आनंद मिळवतो.

ज्याप्रकारे गल्लीत चाललेली भांडणं पाहत गच्चीवर उभा असलेला मनुष्य त्या भांडणांपासून अलिप्त असतो. त्याच प्रकारे गुणातीत मनुष्यदेखील गुणांचा खेळ अलिप्तपणे पाहत राहतो. निसर्गाने रज, तम, सत्त्व हे तीन गुण निर्माण केले. या त्रिगुणी मायेने साऱ्या विश्वाची रचना केली, यात मनुष्याचादेखील समावेश आहे. मनुष्याच्या शरीरात प्रकट झालेले तीन गुणांचे गुण आणि अवगुण मागील श्लोकांमध्ये सांगितले गेले आहेत. त्यातून गुणांमध्ये गुणांचं उफाळून येणं आणि लयाला जाणं सुरू असतं, हेच स्पष्ट होतं. गुणच गुणांमध्ये व्यवहार करतात आणि ही सृष्टी चालवतात.

लोक केवळ अज्ञानवश एकमेकांवर दोषारोप करत असतात, 'समोरच्यामुळे माझं काम नाही होऊ शकलं... त्याच्यामुळे मला उशीर झाला... याच्यामुळे माझं प्रमोशन रखडलं... इत्यादी. वास्तविक बाहेर कुणीही कर्ता नाही. त्रिगुणांनी सर्वांना कामाला लावलं आहे. एका स्वचलित कार्यपद्धतीद्वारे गुणच गुणांमध्ये बदलत राहतात. त्यानुसार मनुष्याची कर्मं होतात आणि फळं मिळत राहतात. गुणातीत मनुष्य मात्र याच्याही पलीकडे जाऊन गुणांमध्ये होत असलेलं परिवर्तन पाहू शकतो.

२४

श्लोक अनुवाद : आणि जो निरंतर आत्मभावात स्थित, सुख-दुःख समान समजणारा, माती, दगड आणि सोनं यांच्याविषयी समान भावना असणारा, ज्ञानी, प्रिय-अप्रिय यांना समान मानणारा आणि आपली निंदा व स्तुती यांमध्येदेखील समभाव राखणारा आहे।।२४।।

गीतार्थ : दररोज बदलणाऱ्या स्थितीतदेखील गुणातीत मनुष्य कशा प्रकारे समता आणि संतुलन कायम राखतो, याचं वर्णन भगवान श्रीकृष्ण या श्लोकात करत आहेत.

सुख-दुःखात समभाव- गुणातीत मनुष्य तीनही गुणांच्या पलीकडे 'स्व'मध्ये स्थित असतो, जिथे ना सत्त्वगुणाची शांती असते, ना रजोगुणाचा कोलाहल आणि ना तमोगुणाचा थकवा असतो. ती स्थिती आहे सत्‌चित आनंदाची... अहंकाराच्या मृत्यूची. त्यामुळेच तो प्रापंचिक लोकांनी सांगितलेल्या सुख-दुःखात सम राहतो. अनुकूल आणि प्रतिकूल अशा दोन्ही परिस्थितीत समचित्त राहतो.

स्वस्थ- गुणातीत मनुष्य नेहमी स्वस्थ राहतो. अर्थात तो 'स्व'मध्ये स्थित असतो. तो आपलं खरं स्वरूप कधीही विसरत नाही. सदैव सत्‌चित आनंदात लीन राहतो. बाह्य जगाशी त्याचा असा संबंध असतो, जसा एका

जागृत मनुष्याचा स्वतःच्या स्वप्नाशी असतो. झोपेतून जागा झालेला मनुष्य स्वप्नात पाहिलेल्या वस्तूंना महत्त्व देत नाही. स्वप्न केवळ मनाचा भ्रम आहे, हे त्याला माहीत असतं. अशाच प्रकारे भौतिक जगात जमा केलेली धन-संपत्ती वा सुख-सुविधा देणाऱ्या साधनांना गुणातीत मनुष्य महत्त्व देत नाही. कारण तो आपल्या स्वरूपाविषयी जागृत असतो. पृथ्वीवरील जीवनदेखील एक दीर्घ स्वप्न आहे, जे शरीर त्यागल्यानंतर भंगणार आहे, याची त्याला कल्पना असते. सत्यप्राप्ती झाल्यानंतर भगवान बुद्धांच्या मनातदेखील असंच वैराग्य निर्माण झालं. त्यामुळे ते राजमहालात परत गेले नाहीत. उलट त्यांनी भिक्षू बनून समाजाला जागृत करण्याचा प्रयत्न केला.

माती आणि सोनं समान मानणारा– प्रापंचिक मनुष्याला सोनं, हिरे, मोती यांचे दागिने जमा करण्यात रुची असते आणि माती व दगड यांना ते तुच्छ लेखतात. परंतु गुणातीत मनुष्य सोनं आणि दगड या दोघांनाही समान मानतो. या दोन्ही वस्तू परिवर्तनशील आहेत, त्यामुळे त्या मौल्यवान नाहीत. हे त्याला माहीत असतं. लहानपणी मुलं मोरपंख, शंख-शिंपले, जुनी तिकिटं, तुटलेल्या बांगड्या अशा वस्तूंचा संग्रह करतात. त्या वस्तू त्यांच्यासाठी अतिशय मौल्यवान असतात. परंतु तारुण्यात पदार्पण केल्यानंतर त्याच्यासाठी त्या वस्तूंचं काहीच मोल नसतं. अशाच प्रकारे स्वतःला शरीर मानून जगणारे अज्ञानी लोक असंख्य वस्तूंचा संग्रह करतात. परंतु गुणातीत मनुष्याच्या दृष्टिकोनातून हा केवळ लहान मुलांसारखा खेळच असतो.

रुची आणि अरुची यांपलीकडे– मनुष्याच्या मनात वस्तू, व्यक्ती, स्थान, वातावरण यांच्याविषयी रुची-अरुची असते. इंद्रियांचे जे काही विषय आहेत, त्यांच्याविषयी मनात प्रिय अथवा अप्रिय भाव असतो. एखाद्याला नृत्यकला आवडते, तर एखादा संगीतप्रेमी असतो. एखाद्याला चित्रकला प्रिय असते, तर कोणी फोटोग्राफीचा चाहता असतो. प्रत्येकाची आवडनिवड भिन्न असते. प्रिय-अप्रिय हा अनुभव मनाच्या स्तरावर जगणाऱ्या लोकांसाठी असतो. त्रिगुणातीत मनुष्य प्रिय-अप्रिय यांपलीकडे म्हणजेच तटस्थ असतो. एकदा

का स्वस्वरूपाविषयी त्याला प्रेम जागृत झालं, की त्याला अन्य विषयात रुची अथवा अरुची राहत नाही. तो सर्वांमध्ये ईश्वर पाहतो. सर्वजण त्याला प्रिय असतात. अर्थातच त्याला सर्वकाही प्रिय असतं.

निंदा आणि स्तुती यांपलीकडे– निंदा आणि स्तुती यांचा मनुष्याच्या मनावर खूप खोलवर परिणाम होतो. प्रापंचिक लोक आपापल्या समजेनुसार कधी एखाद्याची निंदा करतात, तर कधी स्तुती. परंतु मनुष्य आपली निंदा सहन करू शकत नाही. आपली निंदा ऐकल्यानंतर त्याचं जगणं कठीण बनतं. आपल्या प्रतिष्ठेची हानी झालेली त्याला आवडत नाही. कित्येक लोक प्रशंसा मिळवण्यासाठी सत्कर्म करायला प्रवृत्त होतात. नाव आणि प्रसिद्धी यांच्या हव्यासापायी मनुष्य सत्कर्म करू लागतो. मात्र गुणातीत दोहोंच्या पलीकडे असतो. तो निंदा आणि स्तुती या दोहोंमध्ये समभाव राखतो. याचं उत्तम उदाहरण म्हणजे संत ज्ञानेश्वर! समाजाकडून निंदा आणि अवहेलना होऊनही ते सत्याच्या मार्गावर अढळ राहिले. लोक त्यांचा तिरस्कार करत होते, तरी त्याही स्थितीत ते अभिव्यक्ती करत राहिले.

२५

श्लोक अनुवाद : जो मान आणि अपमान यांत सम आहे, मित्र आणि शत्रू या दोन्ही पक्षातदेखील सम आहे, संपूर्ण आरंभात कर्तेपणाच्या अभिमानापासून दूर आहे, तो पुरुष गुणातीत समजला जातो।।२५।।

गीतार्थ : मान-अपमान यांमध्ये सम- गुणातीत मनुष्याची आणखी लक्षणं समजावत श्रीकृष्ण सांगतात, ज्यांच्या मनात मान-अपमानाची भावना प्रबळ असते, त्यांच्या जीवनात दुःखाचे खूप प्रसंग येतात. अपमान कोणालाही नको असतो, त्याच्या मुळाशी मनुष्याचा अहंकार हेच मुख्य कारण आहे. मान आणि अपमान मुख्यतः शरीराला 'मी' मानल्यानेच होतो. गुणातीत मनुष्य शरीराशी तादात्म्य ठेवत नाही. त्यामुळे त्याला कोणी मान दिला काय

किंवा कोणी त्याचा अपमान केला काय, या गोष्टीने त्याला काहीही फरक पडत नाही. गुणातीत मनुष्याला मान-अपमान यांचं ज्ञान असतं, परंतु त्याचा त्रिगुणांशी संबंध तुटल्याने तो नाव आणि शरीर यांच्याविषयी अनासक्त होतो. त्यामुळे तो सुखी वा दुःखी होत नाही. कारण तो ज्या तत्त्वात स्थित असतो, ते तत्त्व आहे निर्विकार!

जगाकडे पाहण्याचा त्याचा दृष्टिकोन अज्ञानी लोकांपेक्षा खूपच वेगळा असतो. हा दृष्टिकोनच त्याला मान-अपमान यांपलीकडे पोहोचवतो. त्याच्या अहंकारयुक्त दृष्टिकोनामुळे मान स्वीकारण्यासाठी आणि अपमान त्यागण्यासाठी बाधा निर्माण होते. एखाद्या घटनेत मान मिळाला, की अपमान झाला, याविषयीचे निर्णय बुद्धीद्वारे घेतले जातात, जे स्थान आणि वेळ यांनुसार बदलत राहतात. जसं, पूर्वी गीत, संगीत, नाटक, सिनेमा यांमध्ये काम करणाऱ्या स्त्रियांकडे सन्मानपूर्वक दृष्टीने पाहिलं जात नसे. परंतु कालमानानुसार त्यांचा गौरव करण्यात येऊ लागला. गुणातीत अवस्था ही बुद्धीच्या पल्याड आहे, जिथे दोन्हीचा अंत आहे.

मित्र व शत्रू सम- गुणातीत मनुष्यासाठी मित्र आणि शत्रू सम-समान असतात. वास्तविक त्याच्या दृष्टीने ना कोणी मित्र असतो, ना शत्रू. तरीदेखील इतर लोक आपापल्या भावनेनुसार त्याला मित्र वा शत्रू मानू शकतात. अज्ञानी मनुष्यालादेखील लोक मित्र वा शत्रू मानतात. परंतु असं मानल्याने तो तुमचा राग-द्वेष करू लागतो. गुणातीत मनुष्याला हे माहीत असूनही त्याच्यावर कोणताही परिणाम होत नाही. एखाद्या व्यक्तीला मित्र वा शत्रू मानण्यात मनुष्याच्या व्यवहारातील पक्षपात दिसून येतो. यासाठीच गुणातीत मनुष्य पक्षपातविरहित असतो.

जसं, आपण आपल्या शरीराच्या कोणत्याही अवयवाला मित्र वा शत्रू मानत नाही. शरीर व्यवस्थित कार्यान्वित राहण्यासाठी प्रत्येक अवयव महत्त्वाचा आहे, हे आपल्याला माहीत असतं. प्रत्येक अवयवाची विशिष्ट

भूमिका आहे. तसंच गुणातीत मनुष्य कोणालाही मित्र अथवा शत्रू समजत नाही. विश्वात सकारात्मक आणि नकारात्मक या दोन्ही पैलूची काही भूमिका आहे, याची त्याला जाण असते. तो त्याला एकत्वाच्या रूपातच पाहतो.

कर्तेपणाच्या अभिमानापासून मुक्त- गुणातीत मनुष्याकडून शरीर, मन, बुद्धी, इंद्रियं यांद्वारे जी काही सत्कर्मं होतात, जसं- लोकांना वाईट मार्गापासून परावृत्त करून सन्मार्गाकडे वळवणं अथवा प्राप्त परिस्थितीनुसार जे काही कार्य त्याच्याकडून आपसूक घडतं, त्याचा त्याला जराही अभिमान नसतो. तो सर्व क्रियांचा पूर्णपणे त्याग करणारा असतो.

२६

श्लोक अनुवाद : आणि जो पुरुष अव्यभिचारी भक्तियोगाद्वारे माझी निरंतर भक्ती करतो, तोदेखील या तीन गुणांना सहजपणे उल्लंघून सच्चिदानंदघन ब्रह्म प्राप्त करण्यासाठी पात्र बनतो।।२६।।

गीतार्थ : या श्लोकात श्रीकृष्ण अर्जुनाने विचारलेल्या 'या तीन गुणांना पार करून पलीकडे कसं जाता येईल?' या तिसऱ्या प्रश्नाचं उत्तर देताना सांगत आहेत- गुणातीत बनण्याचा सर्वांत सोपा आणि सरळ उपाय आहे 'भक्ती!' जो मनुष्य माझी अव्यभिचारी भक्तीने (अनन्य भक्तीने) अर्चना करतो, तो ब्रह्माचा अनुभव करण्यासाठी अर्थात, अनुभवाचा अनुभवात अनुभव करण्यासाठी पात्र बनतो. श्रीकृष्ण जेव्हा 'माझी' हा शब्दप्रयोग करतात, तेव्हा ते त्यांच्या शरीरासाठी नव्हे, तर सर्वांमध्ये जे उपलब्ध आहे, अशा शरीरापलीकडे असलेल्या त्या चैतन्य अवस्थेसाठी करतात.

इथे अनन्य भक्तीचा अर्थ आहे, प्रत्येकात ईश्वराखेरीज अन्य कोणालाही न पाहणं... ईश्वराच्या प्रेमात स्वतःचं विस्मरण घडणं... एखादी वस्तू प्राप्त करायची असेल, तर त्यासाठी प्रयत्न करावे लागतात. परंतु आपल्याकडे असलेली वस्तू गमवायची असेल, तर त्यासाठी प्रयत्न

करावे लागत नाहीत. जसं, गणितातील एखादं सूत्र आठवण्यासाठी खूप प्रयत्न करावे लागतात. परंतु ते विसरण्यासाठी विशेष काही प्रयत्न करण्याची आवश्यकता नसते. अशाच प्रकारे ब्रह्म प्राप्त करण्यासाठी सर्व प्रयत्न सोडून द्यायला हवेत. कारण ते तर आधीपासूनच उपलब्ध आहे. मात्र त्याचा अनुभव करण्यासाठी केवळ अहंकार आणि त्याद्वारे उत्पन्न झालेले विकारच बाधा बनतात. यासाठीच भक्तीच्या शक्तीने अहंकार विलीन करून विकारांतून मुक्त व्हायचं आहे. त्यानंतर तुमचा अनुभव तुमच्या जवळच आहे. हे लक्षात येईल.

अनन्य भक्तियोग चैतन्य अवस्थेचा अनुभव करण्यासाठी मनुष्याला पात्र बनवतो. एखादं भांडं जेव्हा रिकामं असतं, तेव्हाच ते भरता येतं. मनुष्याचं पात्रदेखील (मनदेखील) तेव्हाच रिकामं होतं, जेव्हा त्याला भक्तीखेरीज इतर कोणत्याही गोष्टीची आवश्यकता राहत नाही. मनाची ही शुद्धता प्राप्त केल्यानंतर भक्त तीनही गुणांवर अतिक्रमण करून पात्र बनतो.

२७

श्लोक अनुवाद : हे अर्जुना!– कारण त्या अविनाशी परब्रह्माचा, अमृताचा नित्य धर्माचा, अखंड आणि एकरस आनंदाचा आश्रय मी आहे।।२७।।

गीतार्थ : अध्यायाच्या शेवटी श्रीकृष्ण अर्जुनाला सांगतात, जो अविनाशी आहे, जो अमृताप्रमाणे संजीवनी प्रदान करतो, ज्याचं शाश्वतता हे स्वरूप आहे आणि जो निरंतर परमानंदात राहतो, त्या परब्रह्माचा मी आधार आहे.

चला तर, आता आपण हे सर्व सविस्तर जाणून घेऊ या. ब्रह्मज्ञान अविनाशी आहे, त्याचा कधीही क्षय होत नाही. शाळेत शिकलेले विषय परीक्षा समाप्त झाल्यानंतर विद्यार्थी विसरू शकतात किंवा वृद्धापकाळात मनुष्याला बऱ्याच गोष्टींचं विस्मरण होतं. परंतु ब्रह्मज्ञान प्राप्त झाल्यानंतर ते कधीही क्षीण होत नाही. ब्रह्म म्हणजे निजस्वरूप, जे दिवसरात्र

आपल्यासोबत असतं. एकदा का निजस्वरूपाची ओळख झाली, तर ती कधीही विसरली जात नाही. समंजस झाल्यानंतर एकदा का आपल्याला आपलं नाव, आपल्या आई-वडिलांचं नाव माहीत झालं, की त्यानंतर स्वतःच्या परिचयावर कधीही शंका येत नाही. आयुष्यभर ते अटळ सत्य बनतं. अशाच प्रकारे शरीरापलीकडे असलेल्या आपल्या स्वरूपाचा परिचय होताच ती अक्षय समज सदैव आपल्यासोबत राहते, या पृथ्वी-जीवनातही आणि त्यानंतरही.

ब्रह्मज्ञान शाश्वत आहे आणि धर्मस्वरूप आहे. शाश्वत अर्थात ब्रह्मज्ञान पूर्वीही होतं, आताही आहे आणि पुढेदेखील राहील. ब्रह्मज्ञान कधीही पृथ्वीवरून नामशेष झालं नाही. धर्म याचं स्वरूप आहे आणि धर्माचा अर्थ आहे मनुष्याचा स्वभाव. येथे धर्माचा अर्थ, एखादा संप्रदाय वा पंथ असा अभिप्रेत नसून आपल्या मूळ स्व-भावात अर्थात आनंद आणि दुःख यांच्या पलीकडील अवस्थेत स्थिर राहणं असा आहे.

ब्रह्मज्ञान अत्यंत सुखस्वरूप आहे. अज्ञानामुळे दुःखाचा अनुभव होतो आणि अज्ञानातून मुक्त झाल्यानंतर सुखाचा अनुभव होतो. इंद्रियांचे विषयदेखील आपल्याला सुख देतात. परंतु ते सीमित असतं. सुखासोबत ते दुःखदेखील देतात. पण ब्रह्मानंद असा नाही, ब्रह्माशी एकरूप होण्याने अखंड सुखाचाच अनुभव होतो.

मनुष्य आनंद मिळवण्यासाठी कितीतरी उपद्व्याप करतो. धन-संपत्ती, दागदागिने, बंगला या गोष्टी प्राप्त करणं, नातेसंबंध जुळवणं यांमागे सुखप्राप्तीचीच कामना असते. वास्तवात आनंदाचा स्रोत त्याच्या आतच आहे, बाहेर नाही; हे ज्या दिवशी मनुष्याला समजतं, त्या दिवसापासून सर्व समीकरणच बदलून जातं. मनुष्याचं मन अंतरंगात वळतं आणि ते स्रोताच्या रसात डुंबू लागतं. हीच ब्रह्मसुखाची सुरुवात आहे.

ब्रह्मज्ञान इंद्रियातीत असल्याने दुःख मिळेल अशी कोणतीही बाब

शिल्लक राहत नाही. इंद्रियांच्या संदर्भात आपण आणि तो असा भेद असतो. परंतु ब्रह्मावस्थेत आपण आणि तो वेगळे नसतोच. शिवाय आपलं वेगळं अस्तित्व नसल्याने केवळ आनंदच उरतो, इतर कोणताही अनुभव नसतो.

शेवटी श्रीकृष्ण सांगतात– माझी कृपा आणि माझी भक्ती यांच्या आधारेच ब्रह्मप्राप्ती होते. याचाच अर्थ, ब्रह्मप्राप्तीचे उपाय आहेत... साधन आहे... इथे पुन्हा सांगितलं जात आहे, की श्रीकृष्ण जेव्हा 'माझी भक्ती' म्हणतात, तेव्हा ते शरीराविषयी बोलत नाहीत. श्रीकृष्ण ही एक अवस्था आहे, अनुभूती आहे त्या परमावस्थेप्रति प्रेम आणि कृतज्ञतेची भावनाच ब्रह्मप्राप्तीचा आधार आहे.

ईश्वरकृपेने सद्गुरूंचं जीवनात पदार्पण होतं आणि सद्गुरूंच्या कृपेने ईश्वर प्राप्त होतो. तुमच्या जीवनात जर सद्गुरूंचं आगमन झालं असेल आणि त्या अवस्थेप्रति तुमच्यात भक्ती निर्माण झाली असेल तर उद्दिष्ट साध्य होणं आता दूर नाही असं समजायला हवं.

● मनन प्रश्न :

१. तुम्ही तुमच्यातील गुणांमध्ये परिवर्तन होत असताना जाणू शकता का?

२. गुणातीत मनुष्याची लक्षणं वाचून तुमच्यातही त्या अवस्थेप्रत पोहोचण्याची तृष्णा निर्माण झाली आहे का?

३. गुणातीत अवस्थेचा अनुभव करण्यासाठी तुम्ही तुमची पात्रता वाढवण्याचं कार्य कशा प्रकारे करत आहात?

अध्याय १५

पुरुषोत्तमयोग

।। अध्याय १५ - सूची ।।

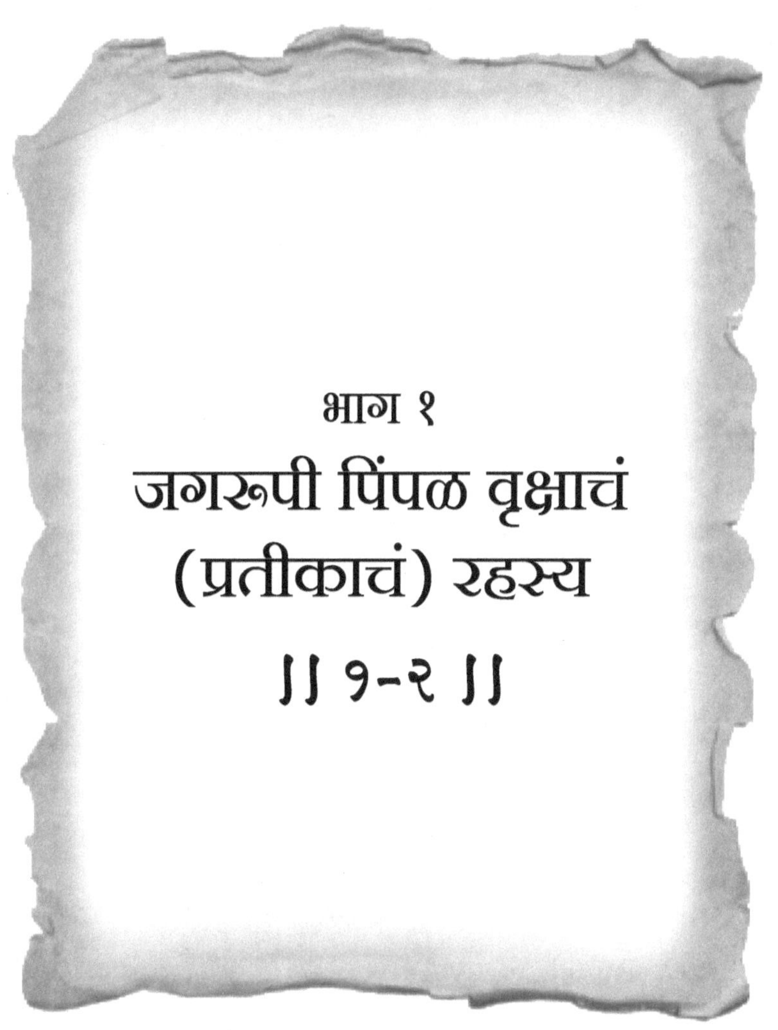

भाग १

जगरूपी पिंपळ वृक्षाचं (प्रतीकाचं) रहस्य

॥ १-२ ॥

अध्याय १५

ऊर्ध्वमूलमधः शाखमश्वत्थं प्राहुरव्ययम् । छन्दांसि यस्य पर्णानि यस्तं वेद स वेदवित् ।।१।।

अधश्चोर्ध्वं प्रसृतास्तस्य शाखा गुणप्रवृद्धा विषयप्रवालाः । अधश्च मूलान्यनुसन्ततानि कर्मानुबन्धीनि मनुष्यलोके ।।२।।

१

श्लोक अनुवाद : श्री भगवान म्हणाले, ''असा एक शाश्वत वटवृक्ष आहे, ज्याचे मूळ वर आहे आणि शाखा खाली आहे. शिवाय त्याची पाने म्हणजे वैदिक मंत्र आहे. जो या वृक्षाला जाणतो, तो वेदांना जाणतो''॥१॥

गीतार्थ : गीतेत श्रीकृष्णांनी अर्जुनाला वारंवार दृश्य-अदृश्य जग आणि ते निर्माण करणाऱ्या चेतनेचं, (ईश्वर, अल्लाह, गॉड) वास्तव आणि त्यांचे संबंध वेगवेगळ्या दृष्टांताद्वारे समजावलं आहे. कधी क्षेत्र आणि क्षेत्रज्ञ यांच्या उपमेद्वारे, तर कधी निसर्ग आणि पुरुष यांच्या उपमेद्वारे व कधी ईश्वराच्या विभूतींच्या माध्यमातून हे समजावण्याचा प्रयत्न केला आहे. या अध्यायात त्यांनी ईश्वर आणि त्याची माया यांविषयी आणखी एका रूपकाद्वारे समजावून सांगण्याचा प्रयास केला आहे. ती समजायला अतिशय सोपी आहे. कारण यात ईश्वर आणि माया यांना एका वृक्षाच्या माध्यमातून समजून सांगण्याचा प्रयत्न केला आहे. याला आपण ट्री ॲनॉलॉजी, वंशावळ असंही म्हणू शकतो.

शाळेत विद्यार्थ्यांना कुटुंब संकल्पना शिकवताना बऱ्याच वेळा त्यांना फॅमिली ट्री बनवायला सांगितलं जातं. म्हणजेच कुटुंबातील कित्येक पिढ्या आणि त्यांतीत सदस्य हे एका वृक्षाच्या रूपात दाखवायला सांगितलं जातं. हा वृक्ष उलटा दाखवला जातो, यात आजोबा अथवा पणजोबा एकदम वरच्या स्थानावर असतात. हे त्या वृक्षाचं मूळ म्हणजेच आरंभस्थान असतं. त्या मुळाच्या खालच्या बाजूला वेगवेगळ्या फांद्या असतात. प्रत्येक फांदी त्या मुळात दाखवलेल्या मनुष्याची एक संतती दर्शवते. प्रथम त्या वृक्षाच्या शाखा, त्यानंतर त्या शाखांपासून उपशाखा निर्माण होतात, ज्या त्यांची संतती दर्शवतात. अशा प्रकारे एका कुटुंबातील सर्व पिढ्या आणि त्यांची वंशावळ 'कुटुंबवृक्षाद्वारे' दाखवली जाते. तो वृक्ष पाहून कोणीही त्या कुटुंबातील आपापसातील नातं समजू शकतो, की हे आजोबा आहेत, ते काका, तर हा नातू असेल इत्यादी...

श्रीकृष्णांनीदेखील स्थूल जगत, सूक्ष्म जगत आणि ते निर्माण करणारा ईश्वर यांच्यातील संबंध अशाच एका उलट्या वृक्षाच्या ट्री ॲनालॉजीद्वारे समजावले

आहेत. ते अर्जुनाला सांगतात– ''हे जग एका पिंपळाच्या वृक्षासारखं असून ते अविनाशी आहे; म्हणजेच या वृक्षाचा कधीही नाश होत नाही. या वृक्षाचं मूळ (जड) म्हणजे आदिपुरुष परमेश्वर आहे. कारण हा वृक्ष उलटा आहे. त्यामुळे त्या झाडाच्या मुळाला प्रथमस्थानही म्हणू शकतो.''

ते पुढे सांगतात– ''या वृक्षाच्या मुख्य शाखेला ब्रह्मा आणि वेदांना त्यांची पानं समज. या जगरूपी वृक्षाला जी व्यक्ती अगदी मूळ तत्त्वासह जाणते, तीच खऱ्या अर्थाने वेदांचं ज्ञान समजते.''

ब्रह्माविषयी आपण गीतेच्या आठव्या अध्यायात वाचलं होतं. ईश्वराने सर्वप्रथम ब्रह्माची रचना केली आणि त्यानंतर ब्रह्माने पूर्ण ब्रह्मांडाची रचना केली. अशा प्रकारे पाहिलं तर ब्रह्मा ही ईश्वराची अशी अवस्था आहे, जेव्हा त्याने सृष्टीचं नाटक रचण्याचा संकल्प केला. ईश्वर जेव्हा समाधि–अवस्थेतून क्रियेत आला, तेव्हा त्या पहिल्या संकल्पाद्वारे संपूर्ण सृष्टीची त्याच्या स्वचलित नियमांसह उत्पत्ती झाली. मग ही सृष्टी एका निश्चित कालावधीपर्यंत अस्तित्वात राहते. त्यात ईश्वरीय लीला सुरू असते. त्यानंतर त्या पहिल्या संकल्पासह (ब्रह्मासह) ही संपूर्ण सृष्टी ईश्वरामध्येच विलीन होऊन जाते. हे अगदी असंच आहे, जसं एक कोळी जाळं विणतो आणि काही वेळानंतर ते स्वतःच गिळून टाकतो.

मग आता असा प्रश्न निर्माण होतो, की जर हा जगतरूपी वृक्ष विलीन होत असेल, तर श्लोकात याला अविनाशी का म्हटलं आहे? याचं उत्तर असं, की या वृक्षाचं मूळ (ईश्वर) अविनाशी आहे. वृक्ष पुन्हा मुळामध्ये सामावून जातो. मुळाचा विनाश कधी झाला नाही आणि कधी होणारही नाही. त्या मुळापासूनच पुन्हा जगतरूपी वृक्ष उभा राहतो.

एका वृक्षाचे गुण त्याच्या पानांमध्येही उपलब्ध असतात. पानं पाहूनच हा वृक्ष कशाचा आहे, हे समजतं. त्याचप्रमाणे जगतरूपी वृक्षाच्या वेदरूपी पानांमध्ये ब्रह्मज्ञान उपलब्ध आहे. हे ब्रह्मज्ञान (अंतिम सत्य) अनुभवात

उतरवून या वृक्षाचं मूळ सत्य जाणता येऊ शकतं. अशा प्रकारे गीता हा ग्रंथदेखील या वृक्षाचं जणू एक पानच आहे.

२

श्लोक अनुवाद : आणि हे अर्जुना!– त्रिगुणांनी पोषण केलेल्या या वृक्षाच्या शाखा खाली आणि वर पसरलेल्या आहेत. डहाळ्या म्हणजे इंद्रियविषय आहेत. या वृक्षाची मुळे खाली पसरलेली असून ती मानव समाजाच्या सकाम कर्मांशी बांधली गेली आहेत॥२॥

गीतार्थ : श्रीकृष्ण या जगरूपी वृक्षाविषयी समजावत पुढे सांगतात– 'परमेश्वररूपी मुळापासून ब्रह्मरूपी मुख्य शाखा प्रकट झाली आणि त्या मुख्य शाखेच्याच सर्वत्र अन्य शाखा आहेत, ज्या त्या वृक्षाच्या अगदी खालून ते वरपर्यंत पसरलेल्या आहेत. या शाखा देव, मनुष्य आणि तिर्यक म्हणजेच पशु–पक्षी, झाडं–झुडपं इत्यादी योनी दर्शवतात. इथे आपण देव म्हणजे श्रेष्ठ पुण्यात्मे, मनुष्य म्हणजे स्थूल जगात राहणारा मनुष्य आणि तिर्यक योनी म्हणजे झाडं–झुडपं, पशु–पक्षी, कीटक इत्यादी जिवांचा समावेश होतो. हे सर्व जीव या जगरूपी वृक्षात सर्वत्र पसरलेले आहेत. मनुष्याच्या पंचेंद्रियांनाच (शब्द, स्पर्श, रूप, रस आणि गंध) त्या फांद्यांची नवपल्लवित पानं म्हटलं गेलं आहे.

या वृक्षात अहंकार, ममता आणि वासनारूपी मुळंदेखील सर्वत्र पसरलेली आहेत, जे मनुष्याला परस्परांमध्ये बांधून ठेवतात. या विशाल जगरूपी वृक्षावर निसर्ग तीन गुणांचं (सत्त्व, रज, तम–रूपी) जल शिंपडतो. त्या जलामुळे हा वृक्ष फुलतो, फळतो, त्याचं जीवन प्रवाही राहतं. सांगण्याचं तात्पर्य, मनुष्य तीन गुणांनी प्रभावित होऊन नित्य नवीन कर्मं करतो, ज्यायोगे कर्मबंधन बनतं. मग ते त्याला आपापसातील देवाण–घेवाणीत (कर्मबंधनात) जखडून ठेवतं. त्या कर्मांमुळे आणि स्वतःच्या विचारांमुळे

मनुष्य अहंकार, ममता आणि वासनारूपी मुळात गुरफटून सदैव या मायावी वृक्षाचा एक हिस्सा बनून राहतो.

● मनन प्रश्न :

१. 'ट्री'च्या ॲनालॉजीद्वारे तुम्हाला ईश्वराची आणि जगाची अवस्था किती समजली? यावर मनन करा.

२. अहंकार, आसक्ती, वासना-कामना... इत्यादी मुळांपैकी तुमच्यात कोणतं मूळ अधिक घट्ट रुजलेलं आहे, यावर मनन करा. हे मूळ कापण्याची कार्ययोजना आखा.

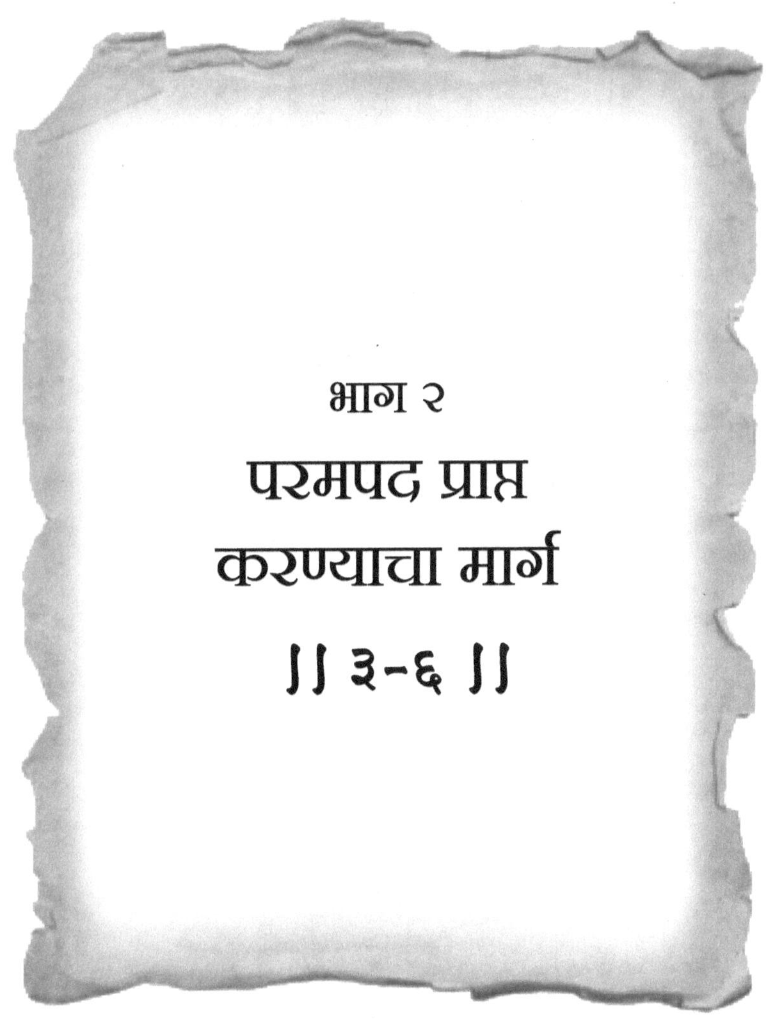

भाग २

परमपद प्राप्त करण्याचा मार्ग

॥ ३-६ ॥

अध्याय १५

न रूपमस्येह तथोपलभ्यते नान्तो न चादिर्न च सम्प्रतिष्ठा । अश्वत्थमेनं सुविरूढमूल मसङ्गशस्त्रेण दृढेन छित्त्वा ।।३।।

ततः पदं तत्परिमार्गितव्यं यस्मिन्गता न निवर्तन्ति भूयः । तमेव चाद्यं पुरुषं प्रपद्ये यतः प्रवृत्तिः प्रसृता पुराणी।।४।।

निर्मानमोहा जितसङ्गदोषाअध्यात्मनित्या विनिवृत्तकामाः । द्वन्द्वैर्विमुक्ताः सुखदुःखसञ्ज्ञैर्गच्छन्त्यमूढाः पदमव्ययं तत् ।।५।।

न तद्भासयते सूर्यो न शशाङ्को न पावकः। यद्गत्वा न निवर्तन्ते तद्धाम परमं मम ।।६।।

३

श्लोक अनुवाद : परंतु या जगरूपी वृक्षाचं स्वरूप जसं सांगितलं आहे, तसं इथे विचारकाळात आढळत नाही. कारण याचा आदी आणि अंतही नाही. शिवाय याची चांगल्या प्रकारची स्थितीही नाही, यासाठी अहंता, ममता आणि वासनारूप अतिशय घट्ट मुळं असलेला जगरूपी पिंपळाचा वृक्ष वैराग्यरूपी शस्त्राने कापायला हवा।।३।।

गीतार्थ : श्रीकृष्ण जेव्हा सांगतात, ''या विश्‍वरूपी वृक्षाचं स्वरूप जसं सांगितलं आहे, तसं येथे आढळत नाही'' याचा अर्थ, वृक्षाची ही संकल्पना केवळ जग आणि ईश्‍वर यांची स्थिती समजण्यासाठी मांडली आहे. हे वाचून कोणीही असं समजू नये, की खरंच हे जग एका वृक्षासमान आहे.

ज्या ज्या लोकांनी हे अनुभवाने जाणलं, त्या सर्व लोकांनी ते इतरांना समजावं यासाठी आपापल्या समजेनुसार आणि समोरील लोकांच्या पात्रतेनुसार वेगवेगळ्या रूपकांचा उपयोग केला. परंतु ते बुद्धीने समजता यावं यासाठी ईश्‍वर आणि जग यांचं प्रतीकात्मक चित्रण आहे, वास्तव चित्रण नव्हे. या जगाचं वास्तविक स्वरूप तत्त्वज्ञान अनुभवात उतरल्यानंतरच समजू शकतं.

या वृक्षाचा 'आदी' आणि 'अंत' नाही, असं सांगण्यामागे हे प्रयोजन आहे, की हे जग निर्माण करण्याची आणि त्याचा लय करण्याची परंपरा कधीपासून सुरू झाली, याचा थांगपत्ताच नाही.

याची 'चांगल्या प्रकारची स्थितीही नाही,' याचा अर्थ या जगाची स्थिती कधीही एकसारखी राहत नाही, ती सतत बदलत राहते. ही नेहमी परिवर्तनशील आहे, याचा इतिहास आणि भूगोल बदलत राहतात.

वास्तविक हा जगरूपी वृक्ष म्हणजे एक माया आहे, भ्रम आहे, जो प्रत्यक्षात नाही, परंतु तो केवळ भासतो. जसं, झोपेत एक स्वप्न सुरू असतं, त्या क्षणी ते आपल्याला खरं वाटतं, वास्तव वाटतं. मात्र जागं झाल्यानंतर हे जग सत्य वाटतं. परंतु डोळे उघडताच जसं स्वप्न भ्रम होता, हे समजतं अगदी तसंच ज्ञानाची दृष्टी लाभताच हे जग भ्रम आहे, हे लक्षात येतं.

परंतु हा भ्रमाचा वृक्ष कापून टाकणं तितकं सोपं नाही. कारण हा अहंकार, ममता आणि वासना यांच्या घट्ट मुळांनी पूर्णपणे जखडलेला असतो. यासाठी प्रथमतः हळूहळू ही मुळं कापावी लागतील. श्रीकृष्ण सांगतात, 'अहंकार, ममता, आसक्ती आणि वासना-कामना यांना ज्या शस्त्राद्वारे कापता येऊ शकतं, ते आहे- वैराग्य.'

आता हे वैराग्य म्हणजे काय, हे समजून घेऊ या. फॉर्म्युल्याद्वारे वैराग्य समजून घ्यायचं झालं तर तो पुढील प्रकारे असेल-

वैराग्य = अनासक्ती + अकर्ता भाव + स्वसाक्षी + गुणातीत

मायेच्या प्रलोभनांमध्ये राहून, त्यांचा उपयोग करत राहूनही मायेत अनासक्त राहणं म्हणजे वैराग्य.

जगात वावरताना सर्व नातेवाइकांमध्ये राहून आतून अकंप राहणं, सर्वांप्रति समभाव बाळगणं, सर्वांमध्ये ईश्वर पाहणं, हेच खरं वैराग्य आहे. सुख-दुःख, मान-अपमान, लाभ-हानी यांमध्ये सम राहणं म्हणजेच खरं वैराग्य आहे. निष्काम कर्म म्हणजे कर्ताभावातून मुक्त होऊन सर्वकाही ईश्वरच करत आहे या भावनेने फळात न अडकता आपली सर्व कर्मं करणं म्हणजेच वैराग्य आहे.

स्वाक्षी भावात तुम्ही खरं वैराग्य कसं असतं, ते पाहू शकता. स्वाक्षी म्हणजे 'स्वचा साक्षी'. स्वाक्षी भावात मनुष्य 'स्व'ला जाणत, 'स्व'मध्ये स्थापित होऊन जीवन जगतो आणि जगातील व्यवहार करतो. तो कर्ता नसून कर्म आणि त्याच्या फळाचीही त्याला आसक्ती नसते. तो केवळ उपस्थित राहतो. बाहेर जसं- कुटुंब, शेजारी-आसपास, ऑफिस, बाजार इत्यादी ठिकाणी ज्या काही घटना घडतात, तिथे तो स्वाक्षी भावनेने उपस्थित राहून अलिप्तपणे आपली भूमिका बजावत असतो. त्यामुळे तो घटनेला योग्य-अयोग्य, चांगली-वाईट असं लेबल लावून दुःखीही होत नाही आणि आनंदीही होत नाही. तो प्रत्येक क्षणी स्थायी आनंदात राहतो. अशा वेळी

हळूहळू तुम्ही केवळ बाह्य जगालाच नव्हे, तर स्वतःच्या शरीराकडेदेखील स्वाक्षी भावनेने पाहायला सुरू करता. शारीरिक त्रास असूनही तुम्ही आतून पूर्णपणे शांत आणि आनंदी असता, हे पाहून लोकांना आश्चर्य वाटतं. तुम्ही जगाशी अनासक्त आणि तुमच्या शरीराबाबत बेपर्वा झाला आहात, असं त्यांना वाटतं. परंतु तुम्हाला माहीत असतं, की ही वैराग्य-अवस्था खरंतर ईश्वरावरील प्रेमामुळे अस्सल ज्ञान आणि भक्ती मिळाल्यानंतर जागृत झाली आहे.

जगात असे काही ढोंगी लोक असतात, ज्यांना वैराग्य हे अकर्मण्यता (कामचोरपणा, आळस) आणि जबाबदारीपासून पलायन करण्यासाठी बहाणा वाटतं. ते वैराग्याच्या नावाखाली घरदार, जग सोडून पर्वतावर जातात, संन्याशाची वस्त्रं धारण करतात. या गोष्टींनाच ते वैराग्य समजतात. परंतु समजयुक्त भक्ती आणि खऱ्या ज्ञानातून जे वैराग्य येतं, ते दिखाऊ वैराग्यापेक्षा अनोखं आणि खरं वैराग्य असतं.

या मायेच्या जगरूपी वृक्षांना तीन गुणांचं (सत्त्व, रज, तम) पाणी दिलं जातं, तेव्हा ते फळतं, फुलतं. हे मागील श्लोकातच सांगितलंय. याउलट त्याला जेव्हा वैराग्यरूपी जल दिलं जातं, तेव्हा ते कमकुवत होऊ लागतं. त्या वृक्षाची अहंकार, आसक्ती आणि वासना यांची मुळं कमकुवत आणि ढिली होऊ लागतात. म्हणून तुम्हाला वैराग्याच्या पाण्याने स्नान करायचं आहे, शुद्ध व्हायचं आहे आणि ते जल त्या वृक्षाच्या मुळांना द्यायचं आहे. असं केल्याने तो मायावी वृक्ष समूळ नष्ट होईल आणि त्या ठिकाणी एक हवन कुंड तयार होईल. मग त्या हवन कुंडात डोकावूनच तुम्हाला शोध घ्यायचा आहे आणि त्याच्यात अगदी मुळाशी बसलेल्या पुरुषोत्तमाला समर्पित व्हायचं आहे.

४

श्लोक अनुवाद : या वृक्षाचे वास्तविक रूप या जगतात अनुभवता येत नाही.

याचा आदि, अंत अथवा आधार कोणीही जाणू शकत नाही. परंतु मनुष्याने खोलवर मुळे गेलेला हा वृक्ष निश्चयाने अनासक्तरूपी शस्त्राद्वारे छेदून टाकायला हवा. त्यानंतर त्याने असे स्थान शोधावे, ज्या ठिकाणी गेल्यावर त्याला पुन्हा परतावे लागणार नाही. ज्या परमपुरुषाकडून अनादी काळापासून सर्व गोष्टींचा प्रारंभ आणि विस्तार झालाय त्याला शरण गेले पाहिजे।।४।।

गीतार्थ : बहुसंख्य लोक संसाराचा त्याग करून ईश्वरप्राप्तीच्या मार्गावर अग्रेसर होण्याचा निश्चय करतात. ते घरदार आणि आपल्या कर्तव्याचा त्याग करून पूजा-पाठ, जप-तप करू लागतात. परंतु मनाच्या शुद्धीकडे लक्षच देत नाहीत. काही सत्यशोधकांना त्यांच्या साधनेचाच अहंकार जडतो, ते अहंकार समर्पित करण्याऐवजी तो वाढवतात. काही साधक सत्यमार्गावर मार्गक्रमण करतात, परंतु त्यांच्या कामना संपतच नाहीत. त्यांच्यात प्रापंचिक नव्हे, परंतु सत्त्वगुणी कामना जागृत झालेल्या असतात, 'मला अमुक सिद्धी मिळो, ईश्वराचं या रूपात दर्शन घडो, मी अमुक दान करावं...' इत्यादी.

श्रीकृष्ण सांगत आहेत- ''सत्यमार्गात प्रथम वैराग्याद्वारे अहंकार, कामना आणि आसक्ती यांसारखी घट्ट रुजलेली मुळं कापून टाकणं आवश्यक असतं. त्यानंतरच त्या पुरुषोत्तमाला म्हणजेच ईश्वराला प्राप्त करण्याचा प्रयत्न करायला हवा. परंतु लोक वैराग्याचा अभ्यास न करता सत्यप्राप्तीची इच्छा बाळगतात. मग फुगा आकाशात उडावा म्हणून त्यात जसा हायड्रोजन गॅस भरला जातो, परंतु त्याचबरोबर फुग्याच्या दोरीला दगडही बांधले जातात. मग आता फुगा कसा उडेल? अशा साधकांची स्थिती या फुग्याप्रमाणेच होते. अर्थात जोपर्यंत मनाच्या दोरीने बांधलेल्या अहंकार, कामना, आसक्ती यांचं वजन दूर केलं जाणार नाही, तोपर्यंत मनुष्यरूपी फुगा सत्यरूपी आकाशात भरारी मारू शकणार नाही.

कामना-आसक्तियुक्त, मलिन मनाच्या पाण्याने जगरूपी वृक्ष नष्ट होणार नाही. यासाठी सर्वप्रथम मनाचं पावित्र्य वाढवण्याचं काम करायला

हवं. गीतेच्या नवव्या अध्यायात सांगितलेला अभ्यास योग (सत्यश्रवण, पठण, मनन, सेवा भक्ती इत्यादी) क्रियेत उतरवायला हवा. बाराव्या अध्यायातील भक्तियोगात सांगितलेल्या भक्ताच्या ३६ गुणांवर मनन करून ते आत्मसात करायला हवेत. अधिकाधिक क्षमा-साधना करायला हवी. हे सर्व करूनच मनाचं मळभ दूर होऊन वैराग्य येईल.

यासाठीच प्रत्येक धर्मात काही नियम सांगितले जातात. पंचशील, १० कमांडमेंट यांसारखे यम-नियम दिले जातात. जसं, मला या व्यसनांपासून दूर राहायचं आहे, कुणालाही त्रास द्यायचा नाही, चोरी करायची नाही इत्यादी. सत्यमार्गावर वाटचाल करताना मनाची मलिनता दूर करून मार्गक्रमण करावं. यासाठी क्षमा-साधना खूप उपयुक्त ठरते. क्षमा-साधनेत क्षमा करण्यापेक्षा क्षमा मागणं महत्त्वाचं आहे. तुम्ही जितकी मनापासून, अंतःकरणापासून क्षमा मागाल, तितकं शुद्ध, पवित्र बनत जाल... मनाचा मळ स्वच्छ धुतला जाऊन करुणा जागृत होत जाईल.''

पुढे श्रीकृष्ण सांगतात, ''जे लोक अशा प्रकारे ईश्वरप्राप्तीचा प्रयत्न करतात, ते यशस्वी होतात आणि सत्यात स्थापित होतात. त्यानंतर ते जगात परतत नाहीत किंवा मायेच्या अधीन होत नाहीत. ते पूर्णपणे त्या आदिपुरुष नारायणाला समर्पित होऊन जगात अभिव्यक्ती करतात. हे जगही त्यानेच निर्मिलेलं आहे, त्यामुळे तोच त्याचा विस्तार करत आहे. याची जाण त्यांना असते. त्यामुळे त्यांच्या मनात जगाविषयी विरक्तीही निर्माण होत नाही. ते समभावात राहून अकर्ता भावनेनं आपलं कर्तव्यकर्म करत ईश्वराची सेवा करतात.''

५-६

श्लोक अनुवाद : ज्यांचा मान आणि मोह नष्ट झाला आहे, ज्यांनी आसक्तीरूपी दोष जिंकला आहे, जे परमात्म्याच्या स्वरूपात नित्य स्थित

आहेत आणि ज्यांच्या कामना पूर्णपणे नाहीशा झाल्या आहेत– ते सुख–दुःख नामक द्वंद्वांतून विमुक्त झालेले ज्ञानीजन त्या अविनाशी परमपदाला प्राप्त होतात।।५।।

आणि जे परमपद प्राप्त करून मनुष्य जगात पुन्हा परतत नाहीत, त्याला स्वयंप्रकाशी परमपदाला ना सूर्य प्रकाशित करू शकतो, ना चंद्र ना अग्नी; तेच माझं परमधाम आहे।।६।।

गीतार्थ : या जगात तुम्ही जी काही पदं प्राप्त करता, ती सर्व नष्ट होणारी आणि परिवर्तनीय आहेत. म्हणजेच एक तर ती कधी ना कधी नष्ट होतात किंवा बदलतात तरी. परंतु प्रस्तुत श्लोकात श्रीकृष्ण एका अशा अविनाशी परम पदाबद्दल सांगत आहेत, जे ना कधी नष्ट होतं, ना बदलतं. शिवाय त्याच्यापेक्षा उच्च असं कोणतंही पद नाही. जगरूपी दृष्टिकोनातून जर पाहिलं तर ते पद आहे, परंतु त्याच्या मुळाशी असलेलं पद म्हणजे जिथे ते परमचैतन्य विराजमान आहे.

मनुष्य निश्चितच हे पद प्राप्त करू शकतो. कारण त्यात अशक्य असं काहीही नाही. बहुसंख्य योगी, ज्ञानी आणि भक्त यांनीदेखील आपल्या (पृथ्वीवरील) जीवनातच ते पद प्राप्त केलंय. हे पद वेगवेगळ्या नावाने जाणलं जातं. जसं, स्वानुभव, आत्मसाक्षात्कार, स्वबोध, एनलाइटन्मेंट, सेल्फरिअलायजेशन... इत्यादी. या परमपदाच्या बाबतीत श्रीकृष्ण सांगतात– 'हे 'स्व'च्या तेजाने प्रकाशित राहतं. हे प्रकाशित होण्यासाठी सूर्य, चंद्र, अग्नी वा बाह्य प्रकाशाची जराही आवश्यकता नसते. याचं उदाहरणच द्यायचं झालं तर प्रसिद्ध कृष्णभक्त कवी सूरदास दृष्टिहीन होते, तरीदेखील त्यांचं अंतःकरण 'स्व' तेजाने प्रकाशित झालं होतं.'

श्रीकृष्ण सांगत आहेत– ''मी या पदावर, या स्थानी राहतो. हे परमपद बाहेर कुठे शोधण्याची आवश्यकताच नाही, ते आपल्या अंतर्यामीच विराजमान आहे.'' ही बाब संत कबिरांनी अतिशय सुंदर

भजनाच्या माध्यमातून सांगितली, हा आवाज त्यांच्या आतूनच आला होता, 'मोको कहाँ ढूँढ़े से बंदे, मैं तो तेरे पास में...' मनुष्याच्या अंतरंगात जिथे ईश्वराचं वास्तव्य आहे, त्या स्थानाला आपण तेजस्थान वा हृदयस्थान म्हणू शकतो. तेच आपल्यातील ईश्वराचं संपर्क स्थान आहे. आपल्याला त्यावरच स्थापित व्हायचं आहे.

श्रीकृष्ण या श्लोकात हे पद प्राप्त करण्यासाठी लागणाऱ्या पात्रतेविषयी सांगत आहेत. हे भक्ताचे तेच गुण आहेत, जे तुम्ही भक्तियोगात वाचले होते. ते सांगतात- ''ज्यांचा मान (अहंकार) आणि मोह नष्ट झाला आहे, ज्यांनी आसक्ती आणि विकारांवर विजय प्राप्त केला आहे, ज्यांच्या कामना पूर्णपणे नष्ट झाल्या आहेत, जो ईश्वराची इच्छा आपली इच्छा मानून पूर्ण स्वीकारभावनेने निसर्गाशी ताळमेळ साधून राहतो, जो सुख-दुःखांच्या द्वंद्वापलीकडे गेला आहे आणि जो हृदयस्थानावरच (तेजस्थानावरच) स्थापित आहे, जो स्वस्थिती, मीच ईश्वर आहे, हे कधीही विसरत नाही. तो हे अविनाशी परमपद (स्वबोध) प्राप्त करतो.''

● मनन प्रश्न :

१. श्रीकृष्णांनी परमपद प्राप्त करण्यासाठी जे गुण सांगितले आहेत, त्यावर मनन करून स्वतःचं मूल्यांकन करा.

२. तुम्हाला मनाच्या पावित्र्याचं महत्त्व कितपत समजलं आहे? तुम्ही नियमितपणे क्षमा-साधना करता का?

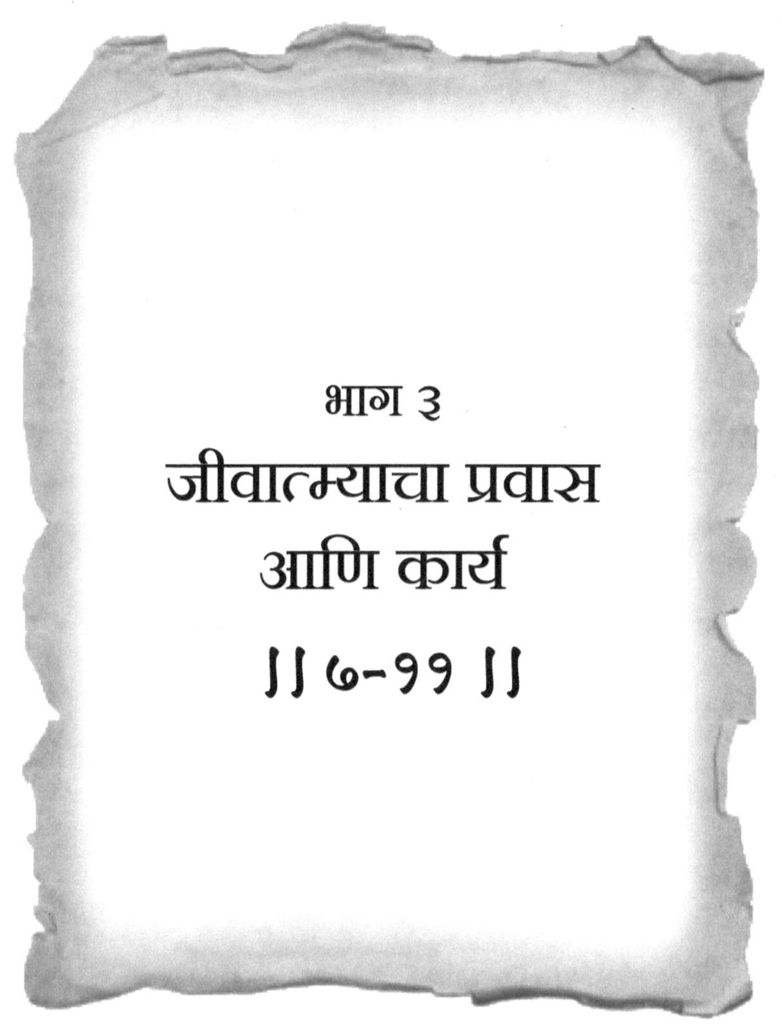

भाग ३

जीवात्म्याचा प्रवास आणि कार्य

॥ ७-११ ॥

अध्याय १५

ममैवांशो जीवलोके जीवभूतः सनातनः । मनः षष्ठानीन्द्रियाणि प्रकृतिस्थानि कर्षति।।७।।

शरीरं यदवाप्नोति यच्चाप्युत्क्रामतीश्वरः। गृहीत्वैतानि संयाति वायुर्गन्धानिवाशयात् ।।८।।

श्रोत्रं चक्षुः स्पर्शनं च रसनं घ्राणमेव च। अधिष्ठाय मनश्चायं विषयानुपसेवते।।९।।

उत्क्रामन्तं स्थितं वापि भुञ्जानं वा गुणान्वितम् । विमूढा नानुपश्यन्ति पश्यन्ति ज्ञानचक्षुषः ।।१०।।

यतन्तो योगिनश्चैनं पश्यन्त्यात्मन्यवस्थितम् । यतन्तोऽप्यकृतात्मानो नैनं पश्यन्त्यचेतसः।।११।।

७

श्लोक अनुवाद : आणि हे अर्जुना– या देहात हा सनातन जीवात्मा माझाच अंश आहे तसंच तोच या निसर्गात स्थित असलेलं मन आणि पंचेंद्रियं यांना आकर्षित करतो॥७॥

गीतार्थ : गीतेच्या दुसऱ्या अध्यायातदेखील मनुष्याचं शरीर कसं बनलं आहे, याचं रहस्य समजावलं आहे. स्थूल देह बाह्य आवरण आहे, ज्याच्यात मन, स्मृती, बुद्धियुक्त सूक्ष्म देह यांचा निवास असतो. या सूक्ष्म देहाच्या आत जे जिवंत तत्त्व आहे, तो म्हणजे ईश्वर या जिवंत तत्त्वाविषयीच श्रीकृष्ण सांगत आहेत– या देहात हा सनातन जीवात्मा म्हणजेच सदैव राहणारा स्थूल वा सूक्ष्म शरीराच्या आवरणांसोबत नष्ट न होणारा जीवात्मा हादेखील माझाच अंश आहे.

इथे अंश या शब्दाचा अर्थ असा नव्हे, की एका लाडूचे काही हिस्से केले आणि वेगवेगळ्या लोकांना वाटून टाकले. कारण असं झालं तर तो हिस्सा आपल्या मूळ स्वरूपापेक्षा वेगळा होतो. जसं आकाश (स्पेस) सर्वत्र व्यापलेलं आहे, तसा हा अंश आहे. ते प्रत्येक वस्तूच्या आतही आहे आणि बाहेरही... जसं, एखाद्या बॉक्समध्येदेखील अवकाश आहे. अशाच प्रकारे सर्व जिवांमध्ये जीवात्मा हा परमात्म्याचाच अंश आहे. परंतु तो अंश त्या परमात्म्यापासून वेगळा नाही.

पुढे श्रीकृष्ण सांगतात– ''तो जीवात्मा (ईश्वर) जेव्हा त्यानेच रचलेल्या लीलेत भूमिका बजावण्यासाठी तीन गुणांनी बनलेल्या निसर्गाच्या अधीन होतो, तेव्हा निसर्गातच स्थित असलेल्या मन, स्मृती आणि पंचेंद्रियं यांना तो आकर्षित करतो. अशा प्रकारे मायेद्वारे एक मनोशरीर यंत्र– रूपी व्यक्ती तयार होते. म्हणजेच मन, बुद्धी, स्मृती, अहंकार (ईश्वराविषयी अनासक्त भाव), इंद्रियांनी युक्त अशी एक व्यक्ती तयार होते. त्यानंतर त्या व्यक्तीचाच जीवनप्रवास सुरू होतो.''

ही संपूर्ण प्रक्रिया एका उदाहरणाद्वारे आपण समजून घेऊ या. समजा, एक गेम शो आहे, ज्यात काही लोक सहभागी होत आहेत. त्या लोकांना एका काचेच्या भांड्यामधून एक लिफाफा काढायचा आहे. त्या लिफाफ्यामध्ये एका प्राण्याचं नाव लिहिलेलं आहे. त्या पूर्ण जागेत त्या प्राण्यांच्या गेटअपशी सुसंगत वस्तू दडवून ठेवल्या आहेत. उदाहरणार्थ, त्यांच्यासारखे कपडे, पादत्राणं, टोपी,

चेहरे, हातमोजे इत्यादी. त्यांच्यासाठी हे टास्क आहे, की प्रत्येक खेळाडूने ठरावीक कालावधीत त्या लिफाफ्यात लिहिलेल्या प्राण्याशी सुसंगत अशा वस्तू शोधायच्या आहेत. त्यानंतर त्या वस्तू परिधान करून त्या प्राण्याचं रूप घेऊन तयार व्हायचं आहे आणि त्याचबरोबर त्या प्राण्यांसारखं चालण्या-बोलण्याची, आवाज काढण्याची नक्कल करायची आहे. आता खेळ सुरू होतो आणि सर्व लोक पटापट आपल्या भूमिकेशी सुसंगत वस्तू शोधून, त्या परिधान करून तयार होतात. मग ज्या ज्या प्राण्याचं नाव पुकारलं जातं, तेव्हा तो तो प्राणी स्टेजवर येऊन त्याच्यासारखाच अभिनय करतो आणि जो मनुष्य स्टेजवर येतो तो त्या प्राण्यासारखाच दिसतो. जो जितकं कौशल्यपूर्वक आपली भूमिका बजावतो, त्या गुणवत्तेनुसार त्याला तो नंबर मिळतो.

अगदी असाच खेळ या जगातही सुरू आहे. ईश्वर शुद्ध रूपात निसर्गाद्वारे रचल्या गेलेल्या या खेळात मध्ये येतो. त्याला जी भूमिका बजावायची आहे, त्यानुसार मन, स्मृती, बुद्धी, इंद्रियं निसर्गातून आकर्षित करून ते धारण करतो. अशा प्रकारे एक नवी व्यक्ती साकारली जाते, जी ईश्वरापेक्षा आणि इतर व्यक्तींपेक्षा भिन्न दिसते. मग जीवात्मा त्या व्यक्तीप्रमाणे अभिनय करत त्याची भूमिका बजावतो.

आता थोडा विचार करा, या खेळात जर एखादा माणूस प्राण्याची ॲक्टिंग करत असताना तो प्राणी नसून मनुष्य आहे, हेच विसरून गेलाय. त्याने तर केवळ खेळण्यासाठी प्राण्याचं रूप धारण केलंय, मग याला काय म्हणाल? हेच ना, की 'अरे! तो किती मूर्ख आहे.' वास्तविक हाच मूर्खपणा प्रत्येक मनुष्य करतोय. तो हेच विसरून जातो, की तो ईश्वर आहे. कोणी वेगळी व्यक्ती रमेश, दिनेश नाही... आणि ही आठवण करून देण्यासाठीच श्रीकृष्णांनी जगाला गीता-ज्ञान प्रदान केलं.

८-९

श्लोक अनुवाद : जसा- वायू गंधाच्या स्थानातून गंध ग्रहण करतो व इतरत्र

घेऊन जातो, तसंच देहादीचा स्वामी जीवात्मादेखील ज्या शरीराचा त्याग करतो, त्याच्यातील मन आणि इंद्रियं धारण करून पुन्हा जे शरीर प्राप्त करतो, त्यात निवास करतो।।८।।

आणि त्या शरीरात स्थित झालेला– हा जीवात्मा श्रोत्र, चक्षू, त्वचा, जीभ, नाक आणि मन यांचा आश्रय घेऊन अर्थात, या सर्वांच्या साहाय्यानेच विषयांचं सेवन करतो।।९।।

गीतार्थ : परमात्म्याचा अंश असलेल्या जीवात्म्यानं सृष्टिचक्रात प्रवेश करून आपल्या भूमिकेनुसार निसर्गातून एका व्यक्तीचे काही भाग ग्रहण करणं या गोष्टी इतक्या सूक्ष्म स्तरावर घडतात, की आपली बुद्धी हे कधीही पाहू अथवा समजू शकत नाही. जीवात्मा जेव्हा पहिल्यांदा सृष्टिचक्रात येतो, तेव्हा ईश्वर त्याच्याद्वारे बजावल्या जाणाऱ्या भूमिकेनुसार त्याला स्मृती, मन, बुद्धी, संस्कार इत्यादी गोष्टी देतो. मग जो मुक्त आहे आणि इतर कोणत्याही जीवात्म्याशी संलग्न नाही, त्यांच्यासह तो आपला नवीन जीवनप्रवास सुरू करतो.

त्यानंतर तो जीवात्मा जेव्हा आपलं पहिलं शरीर त्यागतो, तेव्हा तो त्याची हत्यारं जसं– मन, बुद्धी, संस्कार (सवयी, वृत्ती, धारणा) कर्मांचा लेखाजोखा, स्मृती या सर्व गोष्टी आपल्यासोबत घेऊनच नवीन स्थूल शरीरात प्रवेश करतो. ही कर्मबंधनं, आठवणी, संस्कार नव्या स्थूल शरीरात गेल्या नाहीत तरी तो सूक्ष्म शरीरासोबत पुन्हा आपला प्रवास सुरू ठेवतो.

श्रीकृष्ण सांगतात– ''वायूमध्ये जसा एखादा वास मिसळून जातो, तसंच शुद्ध जीवात्म्यात हे संस्कार मिसळून जातात, एकरूप होतात. म्हणजेच मुळात शुद्ध असूनही जीवात्मा त्या गुणधर्मामुळे तो तसाच दिसू लागतो. जसं शुद्ध पाण्यात तुम्ही थोडं जरी दूध टाकलं तरी ते पाणी दुधासारखंच दिसू लागतं आणि ते दूधच आहे असं वाटू लागतं.''

श्रीकृष्ण पुढे सांगतात– ''त्याने धारण केलेल्या नव्या शरीरात तो जीवात्मा जुन्या वृत्तींनुसार विचार करतो, पाहतो–ऐकतो, इंद्रियांद्वारे विषयांचं

सेवन करतो, जुन्या संस्कारांनुसारच कर्म करतो. याला अशा रीतीने समजू या, तुम्ही जर एखादा नवीन ड्रेस परिधान केला तर त्याने तुमचे विचार आणि कर्म बदलतात का? नाही ना! अशाच प्रकारे तुम्ही कोणत्याही शरीरात राहिलात तरी आधी जसे होता, तसेच राहाल.''

तुम्ही कोणताही धर्मग्रंथ वाचून पाहा, कोणत्याही सत्संगात जा किंवा एखाद्या महान संताची वचनं ऐका, सर्वजण प्रामुख्याने एकच उपदेश करतात– 'तुमची कर्मं सुधारा... तुमच्या सवयी सुधारा... तुमचे संस्कार बदला, सुसंस्कारी व्हा...' शक्य तितक्या लवकर विकारांना तिलांजली द्या... तुम्ही कुठे एखाद्या प्रवचनात असं ऐकता का, की तुमचं शरीर सुदृढ करा, ते चांगलं बनवा... सुंदर बनवा...? नाही ना! कारण– जीवात्म्यासोबत शरीरं जात नाहीत, तर मनुष्याची कर्मं, संस्कार, विकार, विचारशैली, सवयी इत्यादी जातात. मग स्थूल शरीर कसंही असो, एके दिवशी ते नष्ट होणारच आहे. परंतु सवयी, विचार, धारणा आणि दूषित कर्मं पुढील प्रवासात तुम्हाला त्रस्त आणि दुःखीच करतील.

यासाठीच शक्य तितक्या लवकर आपल्या मनाच्या शुद्धतेवर, पावित्र्यावर कार्य सुरू करायला हवं. तुमच्या सवयी, तुमचे विचार आणि तुमची कर्मं सुधारायला हवीत.

१०–११

श्लोक अनुवाद : परंतु– शरीर सोडून जाताना अथवा शरीरात स्थित असलेला किंवा विषयांना भोगणारा (अशा प्रकारे) तिन्ही गुणांनी युक्त असलेल्याला अज्ञानीजन जाणत नाही. परंतु ज्याला ज्ञानचक्षू आहेत, तो हे सर्व तत्त्वाने जाणतो।।१०।।

कारण– प्रयत्न करणारे आत्मसाक्षात्कारी योगीजन हे सर्व स्पष्टपणे तत्वाने जाणतात. परंतु ज्यांचे मन अविकसित आहे, अज्ञानी आहे, ते प्रयत्न करूनही हे जाणू शकत नाहीत।।११।।

गीतार्थ : ज्याप्रमाणे दूध आणि शुद्ध पाणी मिसळले गेले तर त्यांच्यातील भेद मिटतो. शिवाय एखाद्या विशेष पद्धतीचा अवलंब केल्याशिवाय त्यांना वेगळं करणं अशक्य आहे, त्याचप्रमाणे शुद्ध जलरूपी जीवात्मा म्हणजे ईश्वर आणि निसर्गाद्वारे बनलेलं मन, बुद्धी, स्मृती, संस्कार, सवयी इत्यादींनी युक्त शरीररूपी दूध यांतील फरक जाणणं खूपच कठीण आहे. जीवात्मा आणि शरीर यांना वेगळं करून पाहण्याच्या तंत्रालाच आत्मज्ञान, सांख्ययोग, ब्रह्मज्ञान, तत्त्वज्ञान इत्यादी नावांनी जाणलं जातं.

जगात एखाद्या शरीराचा मृत्यू होतो, तेव्हा लोक म्हणतात- 'अमुक व्यक्ती मरण पावली.' मात्र त्या शरीरात असलेला सूक्ष्म देह त्याला सोडून पुढील प्रवासाला गेला, असं कोणीही म्हणत नाही. काही मोजकेच लोक असं म्हणू शकतात, कारण त्यांनी ते एखाद्या सत्संगात ऐकलेलं असतं किंवा कुठेतरी वाचलेलं असतं. परंतु त्यांच्या एखाद्या प्रिय व्यक्तीचा मृत्यू झाल्यानंतर ते हे सर्व ज्ञान विसरून अज्ञानी लोकांप्रमाणेच दुःखी होतात आणि अश्रू ढाळतात. कारण त्यांनी ज्ञान केवळ ऐकलेलं असतं, ते अनुभवात उतरवलेलं नसतं. ज्यांनी हे ज्ञान आचरणात आणलेलं असतं असे ज्ञानीजन कधीही आपल्या वा परक्या व्यक्तीच्या मृत्यूने विचलित होत नाहीत. जीवात्मा सदैव होता, आहे आणि राहील; हे ते जाणतात.

हीच बाब समजून सांगताना श्रीकृष्ण म्हणतात- "शरीर सोडून जाणाऱ्या किंवा त्रिगुणांनी युक्त या शरीरात स्थित असलेल्या आणि विषयांचा उपभोग घेतलेल्या जीवात्म्याला अज्ञानीजन जाणत नाहीत. त्याला तर केवळ ज्ञानरूप चक्षू असलेले विवेकशील ज्ञानी लोकच तत्त्वरूपात जाणतात आणि शरीरापासून वेगळं पाहतात." पुढे श्रीकृष्ण पुन्हा एकदा मनाचं पावित्र्य आणि शुद्धता याचं महत्त्व अधोरेखित करत म्हणतात- "ज्यांचं मन शुद्ध आणि पवित्र होतं, तेच ज्ञानी लोक प्रयत्नांती त्या जीवात्म्याला म्हणजेच स्वतःला जाणू शकतात. परंतु ज्यांचं मन मलिन आहे, ज्यांच्यात अहंकार, कामना, वासना आहेत, असे ज्ञानीजन अनेक प्रयत्न करूनही ईश्वराला जाणू शकत नाहीत."

उपरोल्लिखित विषयाचं सार हेच आहे, की जर तुम्हाला सत्याच्या मार्गावर वाटचाल करायची असेल, तर सर्वप्रथम तुम्ही तुमच्या मनावरील धूळ स्वच्छ करायला हवी. त्याची शुद्धता आणि पावित्र्य वाढवण्याचं कार्य करायला हवं. यासाठी निरंतर तुमच्या मनाचं अवलोकन करून कुठे कुठे धूळ बसली आहे, ते पाहायला हवं... कोणाप्रति ईर्षा, तिरस्कार, क्रोध इत्यादी नकारात्मक विचार मनात चिकटून बसलेले आहेत, हे पडताळून त्यांच्याकडे मनोभावे क्षमा-प्रार्थना करा. एखाद्याला क्षमा करताना किंवा एखाद्याची क्षमा मागताना मनात अवरोध निर्माण झाला तर मी हे स्वतःसाठी करत आहे- इतरांसाठी नव्हे, ही माझी गरज आहे, याची स्वतःला आठवण द्या. लक्षात ठेवा, आध्यात्मिक विकासात बाधा बनू शकतील, अशा प्रत्येक विचारापासून, भावनेपासून तुम्हाला मुक्त व्हायचं आहे. त्यानंतरच स्वानुभव प्राप्त करण्याची शक्यता तुमच्यात प्रकट होईल.

● मनन प्रश्न :

१. तुमच्या शरीराच्या मृत्यूनंतर या शरीराकडून तुम्ही कोणत्या सवयी, विकार आणि धारणा सोबत घेऊन जाल? त्याचबरोबर कोणकोणत्या सवयी, विकार आणि धारणा तुम्हाला तुमच्यासोबत घेऊन जायला नको वाटेल, यावरही मनन करा.

२. त्या सवयी, विकार, धारणा आणि विचार याच जीवनात संपुष्टात आणण्यासाठी कार्ययोजना तयार करा, जेणेकरून पुढील जीवनात ते तुम्हाला त्रस्त करू शकणार नाहीत.

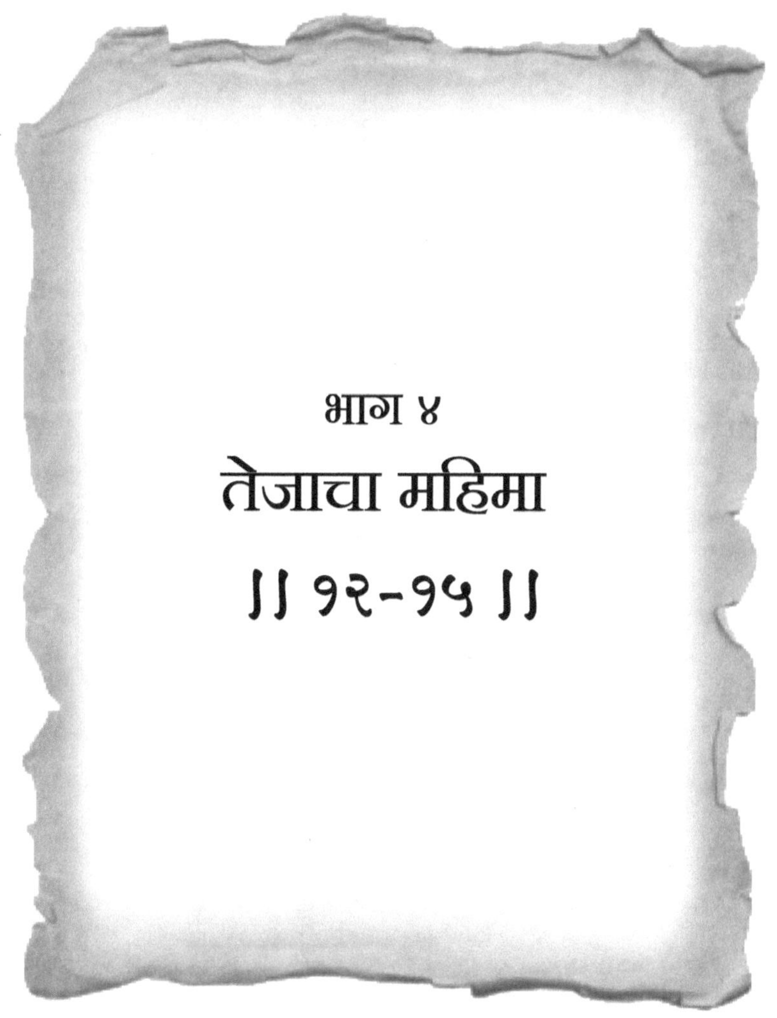

भाग ४

तेजाचा महिमा

॥ १२-१५ ॥

अध्याय १५

यदादित्यगतं तेजो जगद्भासयतेऽखिलम्। यच्चन्द्रमसि यच्चाग्नौ तत्तेजो विद्धि मामकम्।।१२।।

गामाविश्य च भूतानि धारयाम्यहमोजसा। पुष्णामि चौषधीः सर्वाः सोमो भूत्वा रसात्मकः।।१३।।

अहं वैश्वानरो भूत्वा प्राणिनां देहमाश्रितः। प्राणापानसमायुक्तः पचाम्यन्नं चतुर्विधम्।।१४।।

सर्वस्य चाहं हृदि सन्निविष्टोमत्तः स्मृतिर्ज्ञानमपोहनं च। वेदैश्च सर्वैरहमेव वेद्योवेदान्तकृद्वेदविदेव चाहम्।।१५।।

१२-१३

श्लोक अनुवाद : आणि हे अर्जुना- सूर्यात स्थित असलेलं जे तेज संपूर्ण जगाला प्रकाशित करतं, जे चंद्रामध्ये आहे आणि अग्नीतही आहे- त्याला तू माझंच तेज समज॥१२॥

आणि मीच पृथ्वीत प्रवेश करून माझ्या शक्तीने सर्व भूतांना धारण करतो. तसंच रसस्वरूप अर्थात, अमृतमय चंद्र बनून सर्व औषधांना, वनस्पतींना पुष्ट करतो॥१३॥

गीतार्थ : प्रस्तुत श्लोकात श्रीकृष्ण, अर्जुनाला पुन्हा आपल्या (ईश्वराच्या) सर्वत्र उपस्थितीचा बोध करत सांगत आहेत- ''सूर्य, चंद्र, अग्नी यांच्यामध्ये जे तेज आहे, ज्याच्यामुळे ते प्रकाशित होत आहेत, ते तेजही वास्तविक मीच (ईश्वरच) आहे... माझ्याच तेजाने हे संपूर्ण जग प्रकाशित होतं.'' प्रत्येक खोलीत ज्या प्रकारे वेगवेगळे बल्ब, ट्यूबलाइट, पंखे इत्यादी वस्तू असतात आणि त्या पाहून आपण म्हणतो, 'तो बल्ब चालू आहे, पंखा सुरू आहे' परंतु त्यांना चालवणारा एकच विद्युतप्रवाह एकच आहे. अशा प्रकारे ईश्वरच या संपूर्ण सृष्टीचा विद्युतप्रवाह असून त्याद्वारेच सर्वकाही सुरू आहे. वास्तविक तोच प्रवाह जिवंत आहे... जीवन आहे, इतर सर्व भ्रम आहे, माया आहे.

श्रीकृष्ण पुढे सांगतात- ''मीच पृथ्वीत प्रवेश करून आपल्या शक्तीने सर्व भूतांना धारण करतो आणि रसस्वरूप होऊन सर्व औषधांना म्हणजेच वनस्पतींना पुष्ट करतो.'' जो तेजरूपी विद्युतप्रवाह सूर्यात आहे, तोच पृथ्वीच्या आतही जात आहे. तोच सौर ऊर्जेच्या रूपात जगाला जीवन देत आहे. तोच पृथ्वीतील पोषक तत्त्वांना पाणी वगैरेच्या रूपात सर्व जीव-जंतू, वनस्पती यांना जीवन आणि शक्ती देत आहे. जीवनाचा स्रोत एकच आहे, ज्याला कृष्ण, एकम, सेल्फ वा परमचेतना म्हणता येईल... ही सर्व एकाच गोष्टीची वेगवेगळी नावं आहेत.

हेच परमसत्य शब्दांच्या माध्यमातून व्यक्त करताना आत्मसाक्षात्कारी संत गुरूनानक म्हणाले, 'अव्वल अल्लाह नूर ऊपाया, कुदरत के सब बंदे, एक नूर ते सब जग उपजा, कौन हले कौन मंदे...' अर्थात निसर्गातील सर्व जीव त्याच एका

चेतनेच्या तेजाने प्रकाशित होत आहेत. सर्वजण एकच असल्याने कोणीही इतरांपेक्षा मोठा अथवा लहान नाही.

१४-१५

श्लोक अनुवाद : आणि सर्व प्राणिमात्रांच्या देहामधील जठराग्नी म्हणजे मीच आहे. शिवाय चार प्रकारच्या अन्नाचे सेवन करण्याकरिता मी प्राण व अपानवायूशी संयोग साधतो।।१४।।

मीच सर्व प्राण्यांच्या हृदयात, अंतर्यामी रूपात स्थित आहे. माझ्याद्वारेच स्मृती, ज्ञान आणि विस्मृती होतात. शिवाय सर्व वेदांद्वारे मीच जाणण्यायोग्य आहे. निःसदेह वेदांचा कर्ता आणि वेदांचा ज्ञाता मीच आहे।।१५।।

गीतार्थ : मागील श्लोकांमध्ये श्रीकृष्णांनी सांगितलं, ''ईश्वरच चारही बाजूंनी म्हणजे वरून आणि खालून सूर्य ते पृथ्वी अशा वेगवेगळ्या ऊर्जेच्या रूपात सर्व प्रकारच्या जिवांना जीवन देतो.'' ईश्वर कशा प्रकारे जिवात स्थित होऊन त्याला चालवतो, हेच श्रीकृष्ण या दोन श्लोकांमध्ये सांगत आहेत.

आपल्याला जिवंत राहण्यासाठी निसर्गातील ज्या तत्त्वाची सर्वाधिक आवश्यकता असते, ते म्हणजे हवा किंवा वायू. ते ग्रहण केल्याशिवाय आपण काही क्षणही जिवंत राहू शकत नाही. याच वायूमध्ये ईश्वर जीवनाच्या, ऊर्जेच्या रूपात राहतो, ज्याला प्राणवायू, प्राणिक ऊर्जा किंवा प्राण असंदेखील म्हणतात. जसं, एक जीव जेव्हा श्वास घेतो, तेव्हा त्याच्यासोबत तो प्राणदायिनी वायू शरीरात ग्रहण करतो. त्याच वायूचे मुख्यतः पाच भाग आहेत, जे पुढीलप्रमाणे आहेत- व्यान, समान, अपान, उदान आणि प्राण.

खरंतर प्राण किंवा ऊर्जा यांच्या या रूपांमुळेच मनुष्य जिवंत राहतो, त्याच्यात चेतना राहते. प्रत्येक प्रकारचे वायू जिवाच्या शरीरात वेगवेगळे विभाग सांभाळतो. आपल्या स्मृतीचं संरक्षण, भोजनाचं पाचन, रक्त आणि

प्राणवायूचं संचलन इत्यादी सर्व कार्य प्राणवायूच करतो.

प्राणवायू मुख्यतः रक्तात मिसळतो. अपानवायू शरीरातील खालच्या भागात पचनेंद्रियं, प्रजननेंद्रियांमध्ये प्रवाहित होतो. हा शरीरातील पाचक रसांमध्येदेखील असतो. श्रीकृष्ण सांगतात- 'मीच प्राण-अपान वायू यांच्याशी संयोग करतो म्हणून मला अन्न पचवणारा जठराग्नीदेखील म्हटलं जातं.'

भक्ष्य, भोज्य, लेह्य आणि चोष्य- हे अन्नाचे चार प्रकार आहेत. यांतील जे अन्न चाऊन खाल्लं जातं, त्याला भक्ष्य म्हणतात. जसं- भाकरी, पोळी इत्यादी. जे गिळलं जातं, ते भोज्य. जसं- दूध, पाणी, दही इत्यादी. जे चाटलं जातं, त्याला लेह्य म्हणतात. जसं- चटणी वगैरे. जे चोखलं जातं, शोषलं जातं त्याला चोष्य म्हणतात. जसं- ऊस, कुल्फी इत्यादी. अशा प्रकारे आपल्या शरीरात जी शक्ती प्रत्येक प्रकारचं अन्न पचवते, जिच्यामुळे त्या अन्नाचं परिवर्तन ऊर्जेत होऊन आपल्या शरीराचं संचालन करते, ती शक्तीदेखील ईश्वरच आहे.

पुढे श्रीकृष्ण सांगतात- "मीच सर्व प्राण्यांच्या हृदयात अंतर्यामीच्या रूपात स्थित आहे आणि माझ्याद्वारेच स्मृती, ज्ञान आणि अपोहन घडतं." इथे स्मृतीचा अर्थ आहे स्मरणशक्ती.

विचारांद्वारे बुद्धीत राहणारा संशय, असमंजसपणा इत्यादी दोषांतून मुक्त होणं म्हणजेच 'अपोहन' आहे. जे योग्य आहे त्याची समज प्राप्त करणं याचं नाव 'ज्ञान' आहे. या सर्व क्रिया ईश्वराच्या उपस्थितीमुळेच आपल्यात घडत असतात.

श्रीकृष्ण पुढे सांगतात- "जगात जे काही वेद अथवा ज्ञानविषयक ग्रंथ आहेत, ते मला-ईश्वराला जाणण्याच्या हेतूने तयार झाले आहेत. ते वाचून, समजून जे अंतिम सत्य प्राप्त होतं, ते मीच आहे. वेदांची रचना करणारा, तो शिकवणारा आणि शिकणारादेखील मीच आहे. माझ्याशिवाय

अन्य कोणीही नाहीच. कारण ही सर्व माझीच रूपं आहेत, माझ्याच विभूती आहेत.''

● मनन प्रश्न :

१. हा भाग वाचण्यापूर्वी तुम्ही इतरांना स्वतःपेक्षा श्रेष्ठ अथवा कनिष्ठ समजत होता का? या भागातून मिळालेल्या समजेने त्या भावनेत कोणतं परिवर्तन घडलं?

२. दररोज काही काळ पुढील अभ्यास करा- जी गतिमान वस्तू अथवा जीव तुमच्या दृष्टीस पडेल, तेव्हा स्वतःला विचारा- 'हा कुणाच्या तेजाने, ऊर्जेने चालत आहे?' उत्तरादाखल स्वतःला आठवण द्या- 'हा एकाच कृष्णाच्या (ईश्वराच्या) तेजाने चालत आहे.'

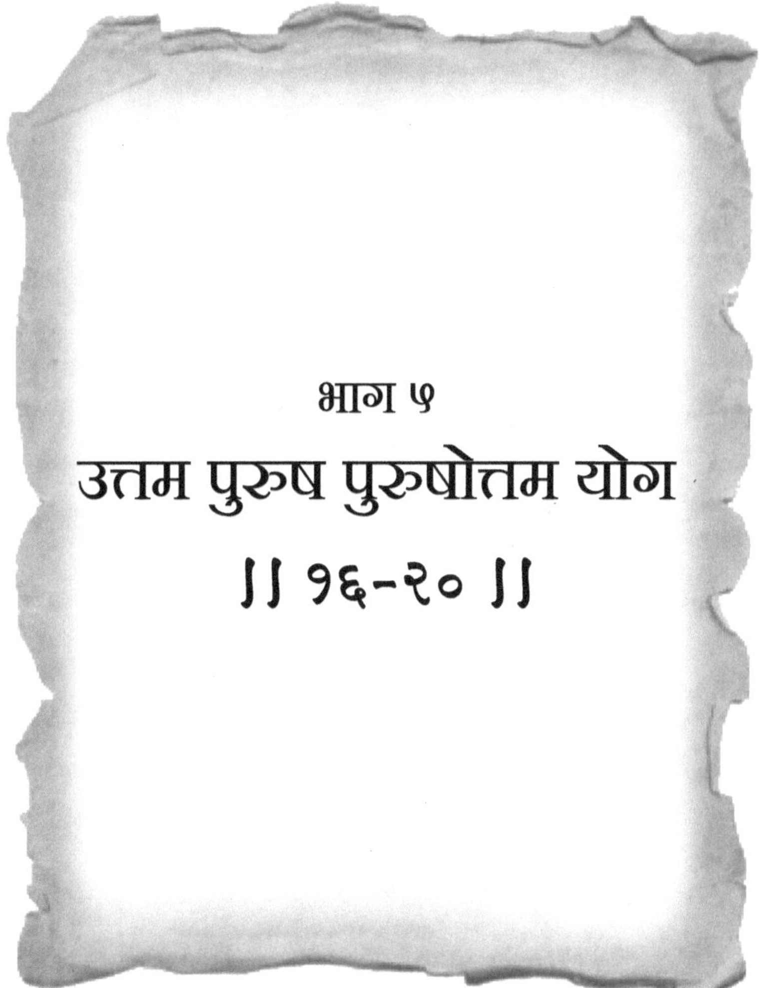

भाग ५

उत्तम पुरुष पुरुषोत्तम योग

॥ १६-२० ॥

अध्याय १५

प्रद्वाविमौ पुरुषौ लोके क्षरश्चाक्षर एव च । क्षरः सर्वाणि भूतानि कूटस्थोऽक्षर उच्यते ।।१६।।

उत्तमः पुरुषस्त्वन्यः परमात्मेत्युदाहृतः । यो लोकत्रयमाविश्य बिभर्त्यव्यय ईश्वरः ।।१७।।

यस्मात्क्षरमतीतोऽहमक्षरादपि चोत्तमः । अतोऽस्मि लोके वेदे च प्रथितः पुरुषोत्तमः ।।१८।।

यो मामेवमसम्मूढो जानाति पुरुषोत्तमम् । स सर्वविद्भजति मां सर्वभावेन भारत।।१९।।

इति गुह्यतमं शास्त्रमिदमुक्तं मयानघ। एतद्बुद्ध्वा बुद्धिमान्स्यात्कृतकृत्यश्च भारत।।२०।।

१६

श्लोक अनुवाद : आणि हे अर्जुना! या जगात नाशवंत 'क्षर' आणि अविनाशी 'अक्षर' हेदेखील– दोन प्रकारचे पुरुष आहेत. यात संपूर्ण भूतप्राण्यांची शरीरं नाशवंत आणि जीवात्मा अविनाशी म्हटला जातो।।१६।।

गीतार्थ : खरंतर संपूर्ण सृष्टी आणि सृष्टीच्या पलीकडे जे काही आहे, ते एकच तत्त्व (ईश्वर) आहे. तरीदेखील आपल्याला सहजपणे समजावं यासाठी श्रीकृष्णरूपी ईश्वराने स्वतःला दोन भागात विभाजित करून सांगितलंय.

सातव्या अध्यायातील चौथ्या आणि पाचव्या श्लोकात श्रीकृष्णांनी या दोन भागांना अपरा आणि परा प्रकृती अशी नावं दिली आहेत. पृथ्वी, जल, अग्नी, वायू, आकाश, मन, बुद्धी आणि अहंकार अशा आठ भागांत विभागलेल्या ईश्वराची अपरा म्हणजे जड प्रकृती आहे. ज्याने हे संपूर्ण जग धारण केलं आहे, तो चेतन जीवात्मा परा किंवा चेतन प्रकृती आहे. याच दोन्ही भागांना तेराव्या अध्यायात 'क्षेत्र आणि क्षेत्रज्ञ' व 'पुरुष आणि प्रकृती' ही नावं दिली आहेत. त्याच दोन्ही भागांचं या श्लोकात 'क्षर आणि अक्षर' या नावांनी वर्णन केलं आहे.

अशा प्रकारे परा, क्षेत्रज्ञ, उत्तम पुरुष, चैतन्य, मायापती, अक्षर... ही सर्व जो शरीर धारण करतो, त्या चैतन्य जीवात्म्याची नावं आहेत. अपरा, प्रकृती, क्षेत्र, क्षर... इत्यादी सर्व त्या ड्रेसरूपी जिवांची नावं आहेत, ज्यांना तो शुद्ध जीवात्मा धारण करतो. श्रीकृष्ण सांगतात– 'हे अर्जुना! हे शरीर जे 'क्षर' नावाने परिचित असतं, ते नाशवंत आहे. या नाशवंत शरीराला कार्यान्वित करणारा जो शुद्ध चैतन्य जीवात्मा आहे, त्याला 'क्षेत्रज्ञ किंवा अक्षर' म्हटलं गेलंय, तो मात्र अविनाशी आहे. तूही तोच आहेस, त्यामुळे त्याला जाणून त्यातच स्थापित हो.'

१७-१८

श्लोक अनुवाद : आणि या दोहोंपेक्षा उत्तम पुरुष तर अन्यच आहे, जो तिन्ही लोकांमध्ये प्रवेश करून सर्वांचं पालन–पोषण करतो. शिवाय त्यालाच अविनाशी परमेश्वर आणि परमात्मा म्हटलं गेलं आहे।।१७।।

कारण मी नाशवंत जड क्षेत्रापासून पूर्णतः भिन्न असून अविनाशी जीवात्म्यापेक्षाही उत्तम आहे, त्यामुळेच लोकांमध्ये आणि वेदांमध्येदेखील पुरुषोत्तम नावाने प्रसिद्ध आहे॥१८॥

गीतार्थ : प्रस्तुत श्लोकात श्रीकृष्ण जे सांगत आहेत, त्याचं तात्पर्य असं, मुळात जीवात्मादेखील (ईश्वराचा अंशदेखील) ईश्वर आहे आणि जीवदेखील (ईश्वराची प्रकृतीदेखील) ईश्वर आहे. तरीदेखील मूळ ईश्वर जीवात्मा आणि जीव या दोहोंच्याही पलीकडे आहे. शिवाय तो परमेश्वर, परमात्मा आणि उत्तम पुरुषोत्तम या नावाने ओळखला जातो. आता हे वाचून संभ्रम निर्माण होऊ शकतो, की ईश्वरच ईश्वरापेक्षा उत्तम कसा...?

ही बाब पुढील उदाहरणाद्वारे समजू शकेल. एका घराच्या गच्चीवर पाण्याची टाकी असते. तिच्यात शुद्ध पाणी भरलंय. त्याच टाकीतून हे शुद्ध पाणी घरातील विविध नळांमध्ये जात असतं. स्वयंपाकघरातील नळात, स्नानगृहातील नळात आणि शौचालयातील नळातदेखील... सर्व नळांमध्ये तेच पाणी असतं, तरीदेखील स्वयंपाकघरातील पाणी शुद्ध मानलं जातं आणि त्यापासून भोजन बनवलं जातं. स्नानगृहातील अथवा शौचालयातील पाणी कोणीही स्वयंपाक बनवण्यासाठी वापरत नाही... याचाच अर्थ, पाणी एकच असूनही नळांच्या स्थानांत फरक असल्याने पाण्याच्या शुद्धतेतही फरक पडतो.

एक शुद्ध जीवात्मा जगाच्या रंगमंचावर येतो आणि आपला वेश (शरीर) धारण करून एखादी भूमिका बजावतो. पण काही कालावधीनंतर तो त्या भूमिकेत इतका रममाण होतो, की स्वतःला त्या भूमिकेतील अभिनेता समजूनच जगू लागतो. तो त्या भूमिकेत इतका गुरफटून जातो, की स्वतःची खरी ओळख आणि स्वरूपच विसरून जातो. अशा प्रकारे परमेश्वरदेखील बंधनात बांधला जातो. बंधनात जखडलेल्या ईश्वरापेक्षा, निर्लिप्त ईश्वर कधीही श्रेष्ठच असणार ना! श्रीकृष्ण जे सांगत आहेत, त्याचं तात्पर्य हेच,

की वास्तविक जीवात्मा (बंधनात जखडलेला ईश्वर) आणि जीव (ईश्वराची लीला) हे दोन्ही मुळात मीच आहे. असं असूनही मी शुद्ध निर्लिप्त चैतन्य रूपात त्या दोघांपेक्षाही उत्तम आहे... श्रेष्ठ आहे. माझ्या त्या उत्तम मूळ स्वरूपालाच वेदांमध्ये पुरुषोत्तम म्हटलं गेलंय. मी तोच उत्तम पुरुष, पुरुषोत्तम आहे.

१९-२०

श्लोक अनुवाद : ''हे भारत! अशा प्रकारे जो ज्ञानी पुरुष मला तत्त्वाने पुरुषोत्तम म्हणून जाणतो, तो सर्वज्ञ पुरुष सर्व प्रकारे निरंतर मज वासुदेव परमेश्वरालाच भजतो''॥१९॥

''हे निष्पाप अर्जुना! अशा प्रकारे हे अति रहस्ययुक्त गोपनीय शास्त्र माझ्याद्वारे सांगितलं गेलंय, हे तत्त्वतः जाणून मनुष्य ज्ञानवान आणि कृतार्थ होतो''॥२०॥

गीतार्थ : तुम्ही जर एखाद्या धर्माची जुनी परंपरा पाहिली, तर लोक परस्परांना अभिवादन करताना 'हाय-हॅलो' म्हणून नव्हे, तर ईश्वराचं नाव घेऊन अभिवादन करत. जसं- राम-राम, जय श्रीकृष्ण... जय श्रीराम इत्यादी. यामागे हीच समज दडलेली होती, की ते त्या शरीराला नव्हे, तर त्यात वास करणाऱ्या ईश्वरतत्त्वाला (जीवात्म्याला) अभिवादन करत आहेत. ज्यांनी ही परंपरा निर्माण केली, ते जीवात्म्याचं सत्य जाणत होते आणि पुढील पिढीनेही ते जाणावं अशी त्यांची इच्छा होती. परंतु आज ही समज लुप्त होत चालली आहे, जी तुम्ही या पुस्तकाद्वारे पुन्हा प्राप्त करत आहात. त्यामुळे आजपासून जो कोणी भेटेल, त्याला मुखाने भलेही 'हाय'च म्हणा. परंतु हाय (उच्च) कुणाला म्हणत आहात? याची समज बाळगा. समोर दिसणाऱ्या शरीराचं नव्हे, तर त्यात स्थित असणाऱ्या जीवात्मारूपी ईश्वराचं अभिवादन करा.

श्रीकृष्ण म्हणतात, ''हे अर्जुना! जे ज्ञानी पुरुष तत्त्वाने मला, म्हणजे पुरुषोत्तमालाच जाणतात, ते सर्व प्रकारे निरंतर मज वासुदेव परमेश्वराचीच

भक्ती करतात.'' कारण तो सर्वांमध्ये त्या ईश्वरालाच पाहतो. त्याच्या दृष्टीने अन्य कोणी नाहीच. ते पुढे म्हणतात- ''ईश्वराचं हे रहस्य अतिशय गोपनीय ज्ञान असून भक्ती असूनही बहुसंख्य लोक त्याला जाणू शकत नाहीत.'' कारण- ते अध्यात्माच्या नावावर जगात फैलावलेल्या धार्मिक कर्मकांडांमध्ये आणि धारणांमध्येच गुरफटून जातात, त्याच्या पुढे जाऊच शकत नाहीत. गीता वाचतात तीदेखील एखादं धार्मिक अनुष्ठान केल्याप्रमाणे. त्यात जे ज्ञान आहे, जी समज प्रदान केलीय, त्यावर मननच करत नाहीत. श्रीकृष्ण पुढे सांगतात- ''कोणी जर गीतेतील समजेवर मनन केलं तर तो निश्चितपणे हे ज्ञान तत्त्वाने जाणून ज्ञानवान आणि कृतार्थ होतो.''

● मनन प्रश्न आणि कार्ययोजना :

१. एखाद्याला भेटल्यानंतर तुम्ही त्याच्यात शुद्ध चेतनेचं दर्शन करू शकता का? यावर मनन करा.

२. आज ज्यालाही अभिवादन (हाय, हॅलो, नमस्ते) कराल, त्याला ईश्वर समजून पूर्ण आदराने आणि सद्भावनेने अभिवादन करा. त्यावेळी ईश्वरच आपल्यासमोर उभा आहे, ही समज बाळगा.

एक अल्प परिचय
सरश्री

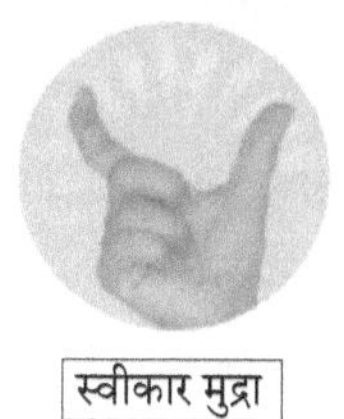
स्वीकार मुद्रा

सरश्रींचा आध्यात्मिक शोधाचा प्रवास त्यांच्या बालपणापासूनच सुरू झाला होता. हा शोध सुरू असतानाच त्यांनी अनेक प्रकारच्या पुस्तकांचं अध्ययन केलं. त्याचबरोबर या शोधकाळात त्यांनी अनेक ध्यानपद्धतींचा अभ्यासही केला. त्यांच्यातील या जिज्ञासेने त्यांना अनेक वैचारिक आणि शैक्षणिक संस्थांमध्ये जाण्यासाठी प्रेरित केलं. जीवनाचं रहस्य समजण्यासाठी त्यांनी **प्रदीर्घ काळ मनन करून आपलं शोधकार्य सातत्याने सुरू ठेवलं. या शोधातूनच त्यांना 'आत्मबोध' प्राप्त झाला.** आत्मसाक्षात्कारानंतर त्यांना जाणवलं, की **अध्यात्माचा प्रत्येक मार्ग ज्या शृंखलेने जोडलेला आहे, तो म्हणजे 'समज' (Understanding).** आत्मबोधप्राप्तीनंतर त्यांनी अध्यापनाचं कार्य थांबवलं आणि जवळ जवळ दोन दशकांहूनही अधिक काळ आपलं समस्त जीवन मानवजातीच्या कल्याणासाठी आणि आध्यात्मिक विकासासाठी अर्पण केलं.

सरश्री म्हणतात, ''सत्यप्राप्तीच्या सर्व मार्गांचा प्रारंभ जरी वेगवेगळ्या मार्गांनी होत असला, तरी सर्वांचा अंत मात्र एकच समज प्राप्त केल्याने होतो. ही **'समज'च सर्व काही असून ती स्वत:मध्ये परिपूर्ण आहे.** आध्यात्मिक ज्ञानप्राप्तीसाठी या 'समजे'चं श्रवणच पुरेसं आहे.'' ही समज प्रकाशमान करण्यासाठी आजपर्यंत त्यांनी **आध्यात्मिक विषयांवर तीन हजारांहून अधिक प्रवचनं दिली आहेत.** या प्रवचनांद्वारे ते अध्यात्मातील अतिशय गहन संकल्पना सहज, सुलभ आणि व्यावहारिक भाषेत समजावून सांगतात. समाजातील प्रत्येक स्तरावरील मनुष्य सरश्रींद्वारे सांगितल्या जाणाऱ्या या समजेचा लाभ घेऊ शकतो.

ही समज प्रत्येकाला आपल्या अनुभवातून प्राप्त व्हावी, यासाठी सरश्रींनी

'महाआसमानी परमज्ञान शिबिर' आणि त्यासाठी आवश्यक असणारी कार्यप्रणाली (सिस्टिम) तयार केली. **तिचा लाभ आज लाखो लोक घेत आहेत.** या प्रणालीला आय.एस.ओ. (ISO 9001:2015) प्रमाणपत्रही लाभलंय. या प्रणालीमुळेच अनेकांना सत्यमार्गावर वाटचाल करण्याची प्रेरणा मिळाली आहे. या समजेचा प्रचार आणि प्रसार करण्यासाठी त्यांनी 'तेजज्ञान फाउंडेशन' या आध्यात्मिक संस्थेचा पाया रचला. **'हॅपी थॉट्सद्वारे उच्चतम विकसित समाजाची निर्मिती करणे,'** हेच या संस्थेचं मुख्य उद्दिष्ट आहे.

विश्वातील प्रत्येक मनुष्य आज सरश्रींच्या मार्गदर्शनाचा लाभ घेऊ शकतो. त्यासाठी कोणत्याही धर्म, जात, उपजात, वर्ण, पंथ वा लिंग यांचं बंधन नसतं. विश्वाच्या प्रत्येक कानाकोपऱ्यांतील लोक आज 'तेजज्ञान'च्या अनोख्या ज्ञानप्रणालीचा (System for Wisdom) लाभ घेत आहेत. याच व्यवस्थेचा आणखी एक महत्त्वपूर्ण भाग म्हणजे, **दररोज सकाळी आणि रात्री ९ वाजून ९ मिनिटांनी लाखो लोक विश्वशांतीसाठी प्रार्थना करत आहेत.**

बेस्ट सेलर पुस्तक 'विचार नियम' शृंखलेचे रचनाकार म्हणूनही सरश्रींना ओळखलं जातं. **केवळ पाच वर्षांच्या कालावधीत या पुस्तकाच्या १ कोटीपेक्षा अधिक प्रती वितरित** झाल्या आहेत. याशिवाय आजवर त्यांनी विविध विषयांवर **१०० हून अधिक पुस्तकं लिहिली** आहेत. त्यांपैकी 'विचार नियम', 'स्वसंवाद एक जादू', 'शोध स्वतःचा', 'स्वीकाराची जादू', 'निःशब्द संवाद एक जादू', 'संपूर्ण ध्यान' इत्यादी पुस्तकं बेस्ट सेलर झाली आहेत. ही पुस्तकं दहापेक्षा अधिक भाषांमध्ये अनुवादित असून, पेंगुइन बुक्स, हे हाउस पब्लिशर्स, जैको बुक्स, मंजुळ पब्लिशिंग हाउस, प्रभात प्रकाशन, राजपाल ॲण्ड सन्स, पेंटागॉन प्रेस आणि सकाळ प्रकाशन इत्यादी प्रमुख प्रकाशन संस्थांद्वारे ती प्रकाशित झाली आहेत.

तेजज्ञान फाउंडेशन परिचय

तेजज्ञान फाउंडेशन आत्मविकासातून आत्मसाक्षात्कार प्राप्त करण्याचा एक मार्ग आहे. यासाठी सरश्रींद्वारा एक अनोखी बोधप्रणाली (System for Wisdom) निर्माण झाली आहे. या प्रणालीला आंतरराष्ट्रीय प्रमाणपत्राद्वारे ISO 9001:2015च्या आवश्यकतेनुसार आणि निकष पडताळून सरळ, व्यावहारिक आणि प्रभावी बनवलं गेलं आहे.

या संस्थेच्या प्रबोधनपद्धतीच्या भिन्न पैलूंना (शिक्षण, निरीक्षण आणि गुणवत्ता) स्वतंत्र गुणवत्ता परीक्षकांद्वारे (Quality Auditors) क्रमबद्ध पद्धतीने पडताळलं गेलं. त्यानंतर या पैलूंना ISO 9001:2015 साठी पात्र समजून या बोधपद्धतीला हे प्रमाणपत्र प्रदान करण्यात आलं.

या फाउंडेशनचे लक्ष्य आहे नकारात्मक विचारांकडून सकारात्मक विचारांकडे वाटचाल. सकारात्मक विचारांकडून शुभ विचारांकडे म्हणजे हॅपी थॉट्सकडे प्रगती. शुभ विचारांकडून निर्विचार अवस्थेकडे मार्गक्रमण आणि निर्विचार अवस्थेच्या अंती आत्मसाक्षात्कार प्राप्ती. 'मी सर्व विचारांपासून मुक्त व्हावे' हा विचार म्हणजे शुभ विचार (हॅपी थॉट्स). 'मी प्रत्येक इच्छेपासून मुक्त व्हावे', अशी इच्छा म्हणजे शुभ इच्छा.

तेजज्ञान म्हणजे ज्ञान व अज्ञान या दोहोंच्या पलीकडचे ज्ञान. पुष्कळ लोक सामान्य ज्ञानाच्या (General Knowledge) माहितीलाच ज्ञान मानतात. परंतु अस्सल ज्ञान आणि नुसती माहिती यांत फार मोठे अंतर आहे. आजमितीला लोक सामान्य ज्ञानाच्या उत्तरांनाच जास्त महत्त्व देतात. अशा ज्ञानाचे विषय म्हणजे कर्म आणि भाग्य, योग आणि प्राणायाम, स्वर्ग आणि नरक इत्यादी. आजच्या युगात सामान्यज्ञान प्राप्त करणारे लोक, शिक्षक मोठ्या प्रमाणावर आहेत; परंतु हे ज्ञान ऐकून जीवनात परिवर्तन घडून येत नाही. असे ज्ञान म्हणजे केवळ बुद्धिविलास आहे किंवा अध्यात्माच्या नावावर चाललेला बुद्धीचा व्यायाम आहे.

सर्व समस्यांवरील उपाय आहे तेजज्ञान. क्रोध, चिंता आणि भय यांपासून मुक्त जीवन म्हणजे तेजज्ञान. शारीरिक, मानसिक, सामाजिक, आर्थिक आणि आध्यात्मिक प्रगतीचा, सर्वांगीण प्रगतीचा मार्ग आहे तेजज्ञान. तेजज्ञान आपल्या अंतरंगात आहे. येथे या आणि या गोष्टीचा अनुभव घ्या.

आपल्याला असे ज्ञान हवे आहे, की जे सामान्य ज्ञानापलीकडे आहे, जे प्रत्येक समस्येवरील उत्तर आहे, जे प्रत्येक समजुतीपासून, गृहीत धारणांपासून आपल्याला मुक्त करते, ईश्वरी साक्षात्कार घडविते, अंतिम सत्यात स्थापित करते. आता वेळ आली आहे शाब्दिक, सामान्यज्ञानातून बाहेर येऊन तेजज्ञानाचा अनुभव घेण्याची!

आजवर जप-तप, तंत्र-मंत्र, कर्म-भाग्य, ध्यान-ज्ञान, योग-भक्ती असे अनेक मार्ग अध्यात्मात सांगितले आहेत. या सर्व मार्गांनी प्राप्त होणारी अंतिम समज, अंतिम ज्ञान, बोध एकच आहे. अंतिम सत्याच्या शोधकाला, साधकाला शेवटी जी एकच 'समज' प्राप्त होते, ती 'समज' श्रवणानेसुद्धा प्राप्त होऊ शकते. अशा समजप्राप्तीसाठी श्रवण करणे यालाच तेजज्ञान प्राप्त करणे म्हटले गेले आहे. तेजज्ञानाच्या श्रवणाने सत्याचा साक्षात्कार घडतो, ईश्वरीय अनुभव मिळतो. हेच तेजज्ञान सरश्री महाआसमानी परमज्ञान शिबिरात प्रदान करतात.

महाआसमानी परमज्ञान शिबिर परिचय आणि लाभ (निवासी)

तुम्हाला सर्वोच्च आनंद हवाय? असा आनंद, जो कोणत्याही बाह्य कारणावर अवलंबून नाही... जो प्रत्येक क्षणी वृद्धिंगत होतो. या जीवनात तुम्हाला प्रेम, विश्वास, शांती, समृद्धी आणि परमसंतुष्टी हवी आहे का? शारीरिक, मानसिक, सामाजिक, आर्थिक आणि आध्यात्मिक अशा आयुष्याच्या सर्व स्तरांवर यशस्वी होण्याची तुमची इच्छा आहे का? 'मी कोण आहे' हे तुम्हाला अनुभवाने जाणावंसं वाटतं का?

तुमच्या अंतर्यामी अशा सर्व प्रश्नांची उत्तरं जाणण्याची इच्छा आणि 'अंतिम सत्य' प्राप्त करण्याची तृष्णा असेल, तर तेजज्ञान फाउंडेशनतर्फे आयोजित 'महाआसमानी शिबिरा'त तुमचं स्वागत आहे. हे शिबिर सरश्रींच्या मार्गदर्शनावर आधारित आहे. सरश्री, आजच्या युगातील आध्यात्मिक गुरू असून, ते आजच्या लोकभाषेत अत्यंत सहजपणे आध्यात्मिक समज प्रदान करतात.

महाआसमानी परमज्ञान शिबिराचा उद्देश :

विश्वातील प्रत्येक मनुष्यानं 'मी कोण आहे', या प्रश्नाचं उत्तर जाणून तो सर्वोच्च आनंदाच्या अवस्थेत स्थापित व्हावा, हाच या शिबिराचा मुख्य उद्देश आहे. प्रत्येकाला असं ज्ञान प्राप्त व्हावं, जेणेकरून त्यानं प्रत्येक क्षणी वर्तमानात जगण्याची कला आत्मसात करावी. तो भूतकाळाचं ओझं आणि भविष्याची चिंता यांतून मुक्त व्हावा. प्रत्येकाच्या आयुष्यात कधीही न संपणारा आनंद आणि योग्य समज यावी. शिवाय, प्रत्येकानं समस्या विलीन करण्याची कला आत्मसात करावी. थोडक्यात, मनुष्यजन्माचा उद्देश सफल व्हावा, हाच या शिबिराचा उद्देश आहे.

'मी कोण आहे? मी येथे का आहे? मोक्ष म्हणजे काय? या जन्मातच मोक्षप्राप्ती शक्य आहे का?' असे प्रश्न जर तुमच्या मनात असतील, तर त्यांवरील उत्तर आहे- 'महाआसमानी परमज्ञान शिबिर'.

महाआसमानी परमज्ञान शिबिराचे मुख्य लाभ :

वास्तविक या शिबिराचे लाभ तर असंख्य आहेत; पण त्यांपैकी मुख्य लाभ पुढीलप्रमाणे-

* जीवनात शक्तिशाली ध्येय निश्चित होतं
* 'मी कोण आहे' हे अनुभवाने जाणता येतं (सेल्फ रियलायजेशन)
* मनाचे सर्व विकार विलीन होतात.
* भय, चिंता, क्रोध, बोरडम, मोह, तणाव या नकारात्मक बाबींतून मुक्ती
* प्रेम, आनंद, मौन, समृद्धी, संतुष्टी, विश्वास अशा दिव्य गुणांशी युक्ती
* साधं, सरळ पण शक्तिशाली जीवन जगता येतं
* प्रत्येक समस्येचं निराकरण करण्याची कला प्राप्त होते
* 'प्रत्येक क्षणी वर्तमानात जगणं' हा तुमचा स्वभाव बनतो
* आपल्यातील सर्व सकारात्मक शक्यता खुलतात
* याच जीवनात मोक्षप्राप्ती होते

महाआसमानी परमज्ञान शिबिरात सहभागी कसं व्हाल?

या शिबिरात सहभागी होण्यासाठी तुम्हाला खालील बाबींची पूर्तता करायची आहे-

१) तुमचं वय कमीत कमी अठरा किंवा त्यापेक्षा अधिक असायला हवं.

२) सर्वप्रथम तुम्हाला 'सत्य-स्थापना' (फाउंडेशन ट्रुथ रिट्रीट) शिबिरात सहभागी व्हावं लागेल. या शिबिरात, तुम्ही प्रामुख्यानं दोन बाबी शिकाल- प्रत्येक क्षणी वर्तमानात जगण्याची कला कशी आत्मसात करावी आणि निर्विचार अवस्था कशी प्राप्त करावी.

३) प्राथमिक स्तरावर तुम्हाला काही प्रवचनं ऐकायची असून, त्यांतून तुम्ही मूलभूत समज आत्मसात कराल आणि महाआसमानी परमज्ञान शिबिरात प्रवेश करण्यासाठी तयार व्हाल.

हे शिबिर साधारणपणे एक-दोन महिन्यांच्या अंतराने आयोजित करण्यात येतं. यात हजारो सत्यशोधक सहभागी होतात. या शिबिराची तयारी दोन पद्धतींनी करू शकता. पहिली पद्धत- मनन आश्रम, पुणे येथे ५ दिवसीय शिबिरात भाग घेऊ शकता. दुसरी पद्धत- तेजज्ञान फाउंडेशनच्या जवळच्या सेंटरवर जाऊन सत्यश्रवणाद्वारेही करू शकता. महाराष्ट्रात अहमदनगर, सातारा, औरंगाबाद, नाशिक, नागपूर, वर्धा, अमरावती, चंद्रपूर, यवतमाळ, कोल्हापूर, सांगली, रत्नागिरी, लातूर, बीड, नांदेड, परभणी, पनवेल, मुंबई, ठाणे, सोलापूर, पंढरपूर, जळगाव, अकोला, बुलढाणा, धुळे, भुसावळ आणि महाराष्ट्राबाहेर सुरत, अहमदाबाद, बडोदा, नवी दिल्ली, बेंगलुरू, बेळगाव, धारवाड, रायपूर, भुवनेश्वर, कोलकाता, रांची, लखनौ, कानपूर, चंदीगढ, जयपूर, चेन्नई, पणजी, म्हापसा, भोपाळ, इंदोर, इटारसी, हर्दा, विदिशा, बुऱ्हाणपूर या ठिकाणी महाआसमानी शिबिराची पूर्वतयारी करू शकता.

तेजज्ञान फाउंडेशनमध्ये उपलब्ध असणाऱ्या सरश्रीलिखित पुस्तकांचं वाचन करून तुम्ही या शिबिराची पूर्वतयारी करू शकता. याशिवाय, तुम्ही रेडिओ किंवा यू ट्युबवरील सरश्रींच्या प्रवचनांचा लाभही घेऊ शकता. पण लक्षात घ्या, पुस्तकांतील ज्ञान, रेडिओ आणि यू ट्युबवरील प्रवचनं म्हणजे 'तेजज्ञानाची तोंडओळख' आहे; 'संपूर्ण तेजज्ञान' मुळीच नाही. तुम्ही महाआसमानी शिबिरात सहभागी होऊनच तेजज्ञानाचा आनंद घेऊ शकता. तेव्हा आगामी महाआसमानी शिबिरात सहभागी होण्यासाठी आजच संपर्क करा- 09921008060/75, 9011013208

महाआसमानी परमज्ञान शिबिरस्थान :

हे शिबिर पुण्यातील मनन आश्रम येथे आयोजित केलं जातं. येथे तुमच्या

निवासाची आणि भोजनाची व्यवस्था केली जाते. तुम्हाला काही शारीरिक व्याधी असतील आणि त्यासाठी जर तुम्ही नियमितपणे औषधं घेत असाल, तर शिबिरात येताना ती सोबत बाळगावीत. शिवाय, वातावरणानुसार गरम कपडे, स्वेटर, ब्लँकेटही आणावं.

पुणे शहरापासून १७ किलोमीटर अंतरावर अत्यंत निसर्गरम्य परिसरात मनन आश्रम वसलेला आहे. आश्रमात महिला आणि पुरुष यांच्या निवासाची स्वतंत्र व्यवस्था असून येथे जवळपास ८०० लोकांच्या राहण्याची व्यवस्था आहे. आपण हवाईमार्ग, हायवे किंवा रेल्वे अशा कोणत्याही मार्गाने पुण्यात येऊ शकता.

मनन आश्रम : मनन आश्रम, पुणे, सर्व्हे नं. ४३, सणस नगर, नांदोशी गाव, किरकटवाडी फाटा, तालुका- हवेली, जिल्हा- पुणे- ४११०२४. फोन- 09921008060

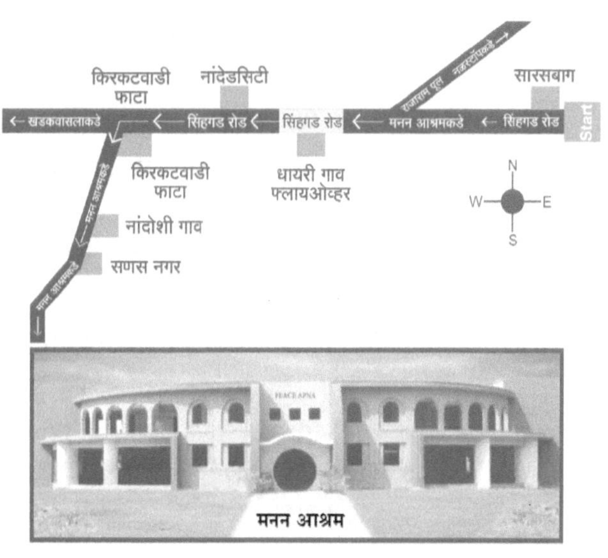

'सरश्रीं'द्वारे रचित इतर पुस्तकं

क्षमेची जादू

क्षमेचं सामर्थ्य जाणा,
सर्व दुःखांपासून मुक्त व्हा

Also available in Hindi

पृष्ठसंख्या : १६८

मूल्य : ₹ १५०

तुम्ही स्वतःवर प्रेम करता का? तुम्हाला सदैव आनंदी राहायचं आहे का? तुमचे कौटुंबिक, सामाजिक, व्यावसायिक नातेसंबंध मधुर आणि दृढ करायचे आहेत का? तुम्हाला जीवनात यशाचं शिखर गाठायचं आहे का?

या सर्व प्रश्नांची उत्तरं होकारार्थी असतील, तर तुम्हाला केवळ एकच शब्द म्हणायला शिकायचं आहे तो म्हणजे 'सॉरी' 'मला माफ करा.' सॉरी, क्षमा, माफी... शब्द कोणतेही असो, मनःपूर्वक माफी मागितल्याने जीवनात चमत्कार घडू लागतात, तुमचं अंतःकरण (इन-साफ) शुद्ध, स्वच्छ होतं. एवढंच नव्हे, तर तुमची मागील सर्व कर्मबंधनं नष्ट होऊन, भाग्योदय होतो. प्रस्तुत पुस्तकाद्वारे आपण हीच क्षमेची जादू शिकणार आहोत.

2 महान अवतार

श्रीराम आणि श्रीकृष्ण

Also available in Hindi

पृष्ठसंख्या : १३६
मूल्य : ₹ १४०

भारतातील दोन महान अवतार – प्रभू श्रीराम आणि श्रीकृष्ण यांच्या महान लीला या पुस्तकात प्रस्तुत केल्या आहेत. या दोहोंच्या कथा तर आपण सर्वांनीच ऐकल्या, वाचल्या आणि पाहिल्या असतील. मात्र, त्यांचा खरा अर्थ जाणणंही आवश्यक आहे.

या अवतारांद्वारे दर्शवलेली लीला आपल्या आंतरिक गुणांचा विकास करण्याची जणू अप्रतिम संधीच! जी आपल्याला भक्ती आणि जगण्याची कला शिकवते.

जीवनात जेव्हा आपल्याला राम आणि कृष्ण म्हणजेच 'सत्य अनुभवाचं' महत्त्व लक्षात येतं, त्याची उणीव भासू लागते, तेव्हा त्याच्या प्राप्तीकरिता अथक प्रयत्न आपल्याकडून सुरू होतात. मग योग्य मार्गदर्शनानुसार आपण आपल्या अंतरंगातील सत्याची ताकद, बळ वाढवू लागतो. विकाररूपी रावण आणि अहंकाररूपी कंस यांच्याशी युद्ध करून त्यांचा पराभव करतो, त्यापासून मुक्त होतो. जीवनात ज्यावेळी सत्याचं पुनरागमन होतं, त्यावेळी आपल्या या देहात दिवाळी, जन्माष्टमी साजरी होऊ लागते.

जीवनाची 5 महान रहस्यं

प्रेम, आनंद, मौन, समृद्धी
आणि परमेश्वर प्राप्तीचा मार्ग

Also available in Hindi

पृष्ठसंख्या : १६०
मूल्य : ₹ १६०

शारीरिक, मानसिक, आर्थिक, सामाजिक आणि आध्यात्मिक अशा जीवनाच्या पाच महत्त्वपूर्ण भागांचा विकास करण्यासाठी मार्गदर्शन मिळू शकेल अशा एखाद्या पुस्तकाच्या प्रतीक्षेत आपण आहात का? पंचकल्याणाचा मार्ग आपल्याला हवाय का?

या पुस्तकाद्वारे आपण जाणाल- *कधीही न बदलणारा सृष्टीचा महानियम *समस्यांचं निराकरण करण्याच्या उत्तम पद्धती *प्रेम आणि समृद्धी प्राप्त करण्याची योग्य पद्धत *भूत आणि भविष्य यांतून मुक्तीचा योग्य मार्ग *ध्यानाची डिक्शनरी *आपल्या खऱ्या अस्तित्वाची प्रचिती

वरील सर्व मुद्दे यातील पाच रहस्यांद्वारे आपल्यासमोर उलगडत जातील. प्रस्तुत पुस्तकातील प्रत्येक रहस्यं जसजसं उलगडत जाईल, तसतसं आपलं जीवन सर्वोत्कृष्ट होत जाईल.

इमोशन्स वर विजय

दुःखद भावना व्यक्त करण्याची कला

Also available in Hindi & English

पृष्ठसंख्या : १६८

मूल्य : ₹ १६०

आज सर्वांनाच आय.क्यू.चं महत्त्व जरी समजलं असेल, तरी इ.क्यू.चं इमोशनल कोशंटचं महत्त्व त्याहीपेक्षा जास्त आहे, हे खूप कमी लोक जाणतात.

भावनांशी संघर्ष करणाऱ्या मनुष्याकडे जर 'इ.क्यू.' असेल, तर जीवनात येणाऱ्या बाधा, समस्यांशी समर्थपणे तो सामना करू शकतो. परंतु त्याच्याकडे केवळ आय.क्यू असेल आणि इ.क्यू. नसेल, तर त्याला प्रत्येक कार्य कठीण वाटेल. यासाठीच भावनिक परिपक्वता प्राप्त करणं अत्यंत महत्त्वपूर्ण आहे.

मनुष्य केवळ वयाने मोठा झाला म्हणून तो परिपक्व बनत नाही, तर भावनांमुळे विचलित न झाल्याने, निर्धाराने त्यांचा सामना करून, योग्य रीतीने त्यांच्याकडे पाहण्याची कला शिकूनच तो परिपक्व बनतो. प्रस्तुत पुस्तकाद्वारे हीच परिपक्वता आपल्याला प्राप्त होईल.

e-mail
mail@tejgyan.com

Website
www.tejgyan.org, www.gethappythoughts.org

- विश्वशांती प्रार्थना -

पृथ्वीवर शुभ्र प्रकाश (दिव्यशक्ती) येत आहे,
पृथ्वीतून सोनेरी प्रकाशाचा (चेतनेचा) उदय होत आहे.
विश्वातील सगळी नकारात्मकता दूर होत आहे.
सर्वजण प्रेम, आनंद आणि शांतीसाठी ग्रहणशील होत आहेत.
विश्वातील सर्व लीडर्स 'आउट ऑफ बॉक्स' विचार करत आहेत...
विश्वातील सर्व लीडर्स शांतिदूत बनत आहेत...
ईश्वराची इच्छा हीच विश्वातील सर्व लीडर्सची इच्छा बनत आहे! धन्यवाद

ही 'सामूदायिक अव्यक्तिगत प्रार्थना' तेजज्ञान फाउंडेशनचे सर्व सदस्य कित्येक वर्षांपासून सातत्याने करत आहेत. आनंदी लोकदेखील ही प्रार्थना करू शकतात. तसेच आजारी किंवा कोणत्याही समस्येमुळे त्रस्त असणारे लोकही ही प्रार्थना ग्रहण करून स्वास्थ्यलाभ घेऊ शकतात.

तुम्ही एखाद्या आजाराने वा समस्येने त्रस्त असाल, तर सकाळी अथवा रात्री ९ वाजून ९ मिनिटांनी ग्रहणशील होऊन शांत बसा. 'स्वास्थ्य आणि शांती यांचा शुभ्र प्रकाश प्रार्थना करणाऱ्या कित्येक लोकांद्वारे पृथ्वीवर येत आहे. त्याचप्रमाणे तो माझ्यावरही कार्य करत आहे. जेणेकरून मी स्वस्थ आणि शांत होत आहे.' असं मनात म्हणा. त्यानंतर काही वेळ याच भावावस्थेत राहून सर्वांना धन्यवाद द्या आणि मगच उठा.

❋ तेजज्ञान इंटरनेट रेडिओ ❋

तेजज्ञान इंटरनेट रेडिओद्वारे २४ तास ३६५ दिवस, सरश्रींच्या प्रवचन आणि भजनांचा लाभ घ्या. त्यासाठी पाहा लिंक–
http://www.tejgyan.org/internetradio.aspx

विविध भारती F.M. वर दर रविवारी
सकाळी १०:०५ ते १०:१५ वा.

नोट : *या कार्यक्रमांच्या वेळेत बदल झाल्यास नोंद ठेवावी.*

www.youtube.com/tejgyan च्या साहाय्यानेदेखील सरश्रींच्या प्रवचनांचा लाभ घेऊ शकता.
For online shoping visit us - www.tejgyan.org, www.gethappythoughts.org

आपणास हवी असलेली पुस्तकं घरपोच मिळण्यासाठी मनीऑर्डर पाठवा.
ही पुस्तकं आमच्या खर्चाने रजिस्टर्ड पोस्ट, कुरिअर आणि व्ही.पी.पी.द्वारे पाठवली जातील. त्यासाठी खालील पत्त्यावर संपर्क साधावा.

वॉव पब्लिशिंग्ज् प्रा. लि.

*रजिस्टर्ड ऑफिस : E-4, वैभव नगर, तपोवनमंदिराजवळ, पिंपरी, पुणे –४११०१७

* पोस्ट बॉक्स नं. ३६, पिंपरी कॉलनी, पोस्ट ऑफिस, पिंपरी–पुणे – ४११०१७

फोन नं. : 09011013210 / 9623457873

आपण पुस्तकांची ऑर्डर ऑनलाईनही देऊ शकता.

लॉग इन करा – www.gethappythoughts.org

५०० रुपयांहून अधिक किमतीची पुस्तकं मागवल्यास १०% सूट मिळेल आणि डिलिव्हरी फ्री.

तेजज्ञान फाउंडेशनच्या मुख्य शाखा

पुणे : (रजिस्टर्ड ऑफिस)
विक्रांत कॉम्प्लेक्स, तपोवन मंदिराजवळ, पिंपरी,
पुणे : ४११ ०१७. फोन : (०२०) २७४१२५७६, २७४११२४०

मनन आश्रम :
सर्व्हे नं. ४३, सणस नगर, नांदोशी गांव, किरकटवाडी फाटा,
तालुका : हवेली, जि. पुणे: ४११ ०२४.
फोन : ०९९२१००८०६०

e-books

The Source • Complete Meditation • Ultimate Purpose of Success • Enlightenment I Inner Magic • Celebrating Relationships • Essence of Devotion • Master of Siddhartha • Self Encounter and many more.
Also available in Hindi at gethappythoughts.org

Free apps

U R Meditation & Tejgyan Internet Radio on all platforms like Android, iPhone, iPad and Amazon

e-magazines

'Yogya Aarogya' & 'Drushtilakshya'

emagazines available on www.magzter.com

www.ingramcontent.com/pod-product-compliance
Lightning Source LLC
LaVergne TN
LVHW101946220826
846093LV00006B/127